AF748182

ഓഷോ ധ്യാനോത്സവം

INSIGHT PUBLICA

Nadakkavu, Kozhikode, Kerala
Tel:0495–4020666
www. insightpublica. com
e-mail: insightpublica@gmail. com
Title: **Ningalumaayi Onnayitheeruka**
(Malayalam)
Author: **Osho**
First Insight Edition: September 2023

ISBN 978-93-5517-443-7
Printed and Published by
Insightinpublica Printers & Publishers Ltd.
₹200

ഓഷോ

നിങ്ങളുമായി ഒന്നായിത്തീരുക

INSIGHT PUBLICA®

ഓഷോ ധ്യാനോത്സവം
പരമ്പരയിലെ പന്ത്രണ്ട് പുസ്തകങ്ങൾ

1. **അസ്തിത്വത്തിന് സമർപ്പണം ചെയ്യുക.**
   Surrender to Existence
2. **അതെ പറയുക!**
   Say Yes!
3. **പ്രേമം ഒരു സ്വതന്ത്ര പക്ഷിയാകുന്നു**
   Love is a Free Bird
4. **ജീവിതം ഒരു വരദാനമാകുന്നു**
   Life is a Gift
5. **ഭൂമിയിൽ അപരിചിതൻ**
   Stranger to the Earth
6. **സ്വയം ഒരു ദീപമായിത്തീരുക**
   Be a lamp unto yourself
7. **നാം തനിയേ പറക്കുന്നു**
   Alone we Fly
8. **ആപത്കരമായി ജീവിക്കുക**
   Live Dangerously
9. **ഭയമില്ലായ്മ ഞാൻ പഠിപ്പിക്കുന്നു**
   I teach Fearlessness
10. **നിങ്ങളുമായി ഒന്നായിത്തീരുക**
    Become one with yourself
11. **സമുദ്രത്തിൽ ഒരു മഞ്ഞുതുള്ളി**
    A Dewdrop in the Ocean
12. **ധ്യാനം: ഒരു ആനന്ദഹർഷം**
    Meditation : An Ecstasy

നോക്കൂ, ജീവിതത്തെ നോക്കുക
എന്താണോ ഉള്ളത് അതുണ്ട്,
അതുള്ളതു പോലെ തന്നെയാണത്.
കാര്യങ്ങൾ അങ്ങനെതന്നെയാണ്.
അവയെ മറ്റൊരുതരത്തിലായിരിക്കുവാൻ
ആവശ്യപ്പെടരുത്, കാരണം
നിങ്ങൾ ആഗ്രഹിച്ചാലും
അവയ്ക്ക് വേറൊരു തരത്തിലാകാനാവില്ല.
ആഗ്രഹം അപ്പാടെ അശക്തമാണ്.
ഓ, കാമനയില്ലാതെ
എങ്ങനെ അസ്വസ്ഥതയുണ്ടാകും?

മുഖവുര

വരും താളുകളിൽ കാണുന്ന വാക്കുകൾ ബോധ പ്രാപ്തനായ മഹാഗുരു ഓഷോ തന്റെ ശിഷ്യന്മാരോടും ഇന്ത്യയിലെ അദ്ദേഹത്തിന്റെ പൂന ആശ്രമം സന്ദർശിച്ച മറ്റു സാധകരോടുമായി ചെയ്ത പ്രഭാഷണങ്ങളിൽ നിന്നും എടുത്തിട്ടുള്ളതാണ്. ഫോട്ടോകളിൽ അധികവും ആശ്രമത്തിനകത്തുനിന്ന് എടുത്തിട്ടുള്ളവയാണ്: ഓഷോ തന്റെ ശിഷ്യരോടും അതിഥികളോടുമൊപ്പമുള്ളവ, സാധകർ ധ്യാനം ചെയ്യുകയോ മറ്റു പ്രവർത്തനങ്ങളിലേർപ്പെടുകയോ അല്ലെങ്കിൽ വെറുതെ വർത്തിക്കുകയോ ചെയ്യുന്നവ. (പൂന ഓഷോ മെഡിറ്റേഷൻ റിസോർട്ടിൽ നിന്നുള്ള ഫോട്ടോകൾ കൂടാതെ ഓഷോ ദം (ഡൽഹി), ഓഷോ നിസർഗ, (ഹിമാചൽപ്രദേശ്), ഓഷോ തവോവൻ (നേപ്പാൾ), രജനീഷ്പുരം (അമേരിക്ക), മോസ്കോ ഉൾപ്പെടെയുള്ള ചില വിദേശനഗരങ്ങളിൽ നടന്ന മെഡിറ്റേഷൻ ക്യാമ്പുകൾ, കേരളത്തിൽ നടന്ന ചില ഓഷോ ഇവന്റുകളുടെയും ക്യാമ്പുകളുടെയും ഫോട്ടോകൾ കൂടി ഈ മലയാളം പതിപ്പിൽ ഉൾപ്പെടുത്തിയിട്ടുണ്ട്.)

ഓഷോ നിർദ്ദേശിച്ചിട്ടുള്ളത് ഈ പുസ്തകം താഴെ പറയുന്ന രീതിയിൽ ഉപയോഗിക്കുകയാണെങ്കിൽ വായനക്കാർക്കത് ഏറ്റവും കൂടുതൽ പ്രയോജനകരമായിരിക്കും എന്നാണ്- അതായത് ഓരോ പ്രഭാതത്തിലേക്കും ക്രമപ്പെടുത്തിയിട്ടുള്ള ഭാഗങ്ങൾ രാവിലെ ഉണർന്നെഴുന്നേൽക്കുമ്പോൾ തന്നെ-മനസ്സ് ദിവസേനെയുള്ള മറ്റു പ്രവൃത്തികളിൽ വ്യാപൃതമാകുന്നതിന് മുൻപ്-വായിക്കുക.

ഒരാൾ ഉറങ്ങുന്നതിന് മുൻപ് അയാളുടെ മനസ്സിലുള്ള അവസാനത്തെ ചിന്ത തന്നെയായിരിക്കും ഉണർന്നെഴുന്നേൽക്കുമ്പോഴും അയാളുടെ ആദ്യത്തെ ചിന്ത എന്ന് പറയപ്പെടുന്നു. ഒരുപക്ഷെ നമ്മളിൽ ഭൂരിപക്ഷവും ഉറക്കത്തിലേക്ക് പതിക്കുന്നത്, ഒരു ടെലിവിഷൻ സീരിയലിലെ പ്രതിബിംബങ്ങളും കഴിഞ്ഞുപോയ ദിവസത്തെക്കുറിച്ചുള്ള വേവലാതികളും അടുത്ത് വരാനിരിക്കുന്ന ദിവസത്തെക്കുറിച്ചുള്ള ആകാംക്ഷകളും എല്ലാംകൂടി കുഴഞ്ഞുമറിഞ്ഞ മനസ്സുകളുമായിട്ടായിരിക്കും. നമ്മളിൽ പലർക്കും ഉറക്കത്തിലേക്ക് കടക്കുവാൻ തന്നെ കഴിയാത്ത അത്രയും വിഷമങ്ങളുണ്ട്. പ്രദോഷത്തിലേക്ക് വേണ്ടി തെരഞ്ഞെടുത്തിട്ടുള്ള ഭാഗങ്ങൾ രാത്രി ഉറങ്ങുന്നതിനു മുമ്പായി വായിക്കുക.

പന്ത്രണ്ട് പുസ്തകങ്ങളുടെ ഈ പരമ്പര മുപ്പത്തിയൊന്ന് ദിവസങ്ങളുള്ള പന്ത്രണ്ട് മാസങ്ങളായി വിഭജിച്ചിരിക്കുന്നു. 'മാസം ഒന്ന്', കലണ്ടർ വർഷം തുടങ്ങുന്ന മാസം തന്നെ ആയിരിക്കണമെന്നില്ല; അത് നിങ്ങൾ വായിക്കാൻ തുടങ്ങുന്ന ആദ്യത്തെ മാസമാണ്. ഉദ്ധരണികൾ ക്രമത്തിൽ തന്നെയാണ് വായിക്കേണ്ടത്, ഏതെങ്കിലും ഒന്ന് തെരഞ്ഞെടുത്താൽ പോരാ. കാരണം ജിവിതത്തെക്കുറിച്ചുള്ള ധാരണ മാസംതോറുമാണ് ഓഷോ വികസിപ്പിച്ചു കൊണ്ടുവരുന്നത്.

ഓരോ ദിവസത്തിനും ഒരു പ്രത്യേക വിഷയതന്തു ഉണ്ടായിരിക്കുകയും പ്രഭാതത്തിലെയും പ്രദോഷത്തിലെയും മനനവിഷയങ്ങൾ പരസ്പരം പൂരകമാ

യിരിക്കുകയും ചെയ്യുന്ന വിധത്തിലാണ് പുസ്തകം രൂപകല്പന ചെയ്തിട്ടുള്ളത്.

പ്രഭാതമനനങ്ങൾക്ക് വേണ്ടി തെരഞ്ഞെടുക്കപ്പെട്ട ഉദ്ധരണികൾ ഉന്മേഷദായകവും ചിന്തോദ്ദീപകവുമാണ്- എല്ലായ്പ്പോഴും, വരാനിരിക്കുന്ന ദിവസത്തിലേക്കുള്ള ഒരു സമ്പൂർണവും സജീവവുമായ പങ്കാളിത്തം സാധ്യമാക്കുന്നത്. താരതമ്യേന നോക്കിയാൽ പ്രദോഷത്തിലേക്കായുള്ള ഓഷോയുടെ വാക്കുകൾ വായനക്കാരെ വിശ്രാന്തിയുടെ, വികസനത്തിന്റെ, വിലയനത്തിന്റെ, അസ്തിത്വത്തോട് പൊരുത്തപ്പെടുന്നതിന്റെ സാംഗത്യത്തെ ഓർമ്മപ്പെടുത്തുന്നു.

ഈ ഉദ്ധരണികൾ വായിക്കുന്നതു തന്നെ സ്വയമേവ ഒരു മനനരൂപമാണ്. ഓഷോ പറഞ്ഞിട്ടുള്ളതുപോലെ, ഒരു ഋഷിവചനം അംഗീകരിക്കപ്പെടുകയോ നിരാകരിക്കപ്പെടുകയോ ചെയ്യുമ്പോഴും, ഒരുതരത്തിലുമുള്ള സിദ്ധാന്തത്തിന്റെയും ഭാഗമല്ല അത്. വായനക്കാരോട് ഒരു അനുയായിയോ വിശ്വാസിയോ ആകുവാൻ അതാവശ്യപ്പെടുന്നില്ല. വാസ്തവത്തിൽ പ്രസക്തമായിട്ടുള്ളത് ആ വാക്കുകൾ പോലുമല്ല, മറിച്ച് ആ വാക്കുകൾ എന്തിനെയാണോ സംവഹിക്കുന്നത് അതാണ് പ്രസക്തമായിട്ടുള്ളത്.

അദ്ദേഹം വിശദീകരിക്കുന്നു: ‘‘വാക്കുകൾ (ഋഷിവര്യന്റെ വാക്കുകൾ) അവയ്ക്കു ചുറ്റും ഒരു നിശ്ശബ്ദതയെ സംവഹിക്കുന്നു. അദ്ദേഹത്തിന്റെ വാക്കുകൾ ശബ്ദായമാനമല്ല. അദ്ദേഹത്തിന്റെ വാക്കുകൾക്ക് ഒരു സ്വരമാധുര്യമുണ്ട്, ഒരു താളം, ഒരു സംഗീതം; അദ്ദേഹത്തിന്റെ വാക്കുകളുടെ അകക്കാമ്പിൽ തികഞ്ഞ നിശ്ശബ്ദതയാണുള്ളത്. നിങ്ങൾക്ക് ആ വാക്കുകളിലേക്ക് കടന്നുകയറി ചെല്ലാനാകുമെങ്കിൽ അനന്തമായ നിശ്ശബ്ദതയെ നിങ്ങൾ അഭിമുഖീകരിക്കാനിടവരും.’’

‘‘എന്നാൽ ഒരു ബുദ്ധന്റെ വാക്കുകളിലേക്ക് കടന്നു കയറി ചെല്ലുവാനുള്ള മാർഗ്ഗം അപഗ്രഥനമല്ല, വാദപ്രതിവാദവുമല്ല, ചർച്ചചെയ്യലുമല്ല. അതിനുള്ള

മാർഗ്ഗം അദ്ദേഹവുമായി ഒരു ഭാവലയത്തിൽ വീഴലാണ്, അദ്ദേഹവുമായുള്ള ഒരു സ്വരച്ചേർച്ചയിൽ, ഒരു ഭാവൈക്യത്തിൽ എത്തിച്ചേരലാണ്. ആ സ്വരച്ചേർച്ചയിൽ, ആ ഒന്നായിത്തീരലിൽ, ഒരുവൻ ഗുരുവചനങ്ങളുടെ ഉള്ളറയിലേക്ക് പ്രവേശിക്കുന്നു. അവിടെ നിങ്ങൾ ഒരു ശബ്ദവും, ഒരു സ്വരവും കേൾക്കുകയില്ല; അവിടെ നിങ്ങൾ കണ്ടെത്തുക തികഞ്ഞ നിശ്ശബ്ദതയായിരിക്കും. അത് തിരിച്ചറിയുക എന്നതാണ് ഗുരുവിനെ ഗ്രഹിക്കൽ.''

വാക്കിന്റെ അർത്ഥമല്ല പ്രധാനം, ഓർക്കുക, മറിച്ച് ആ വാക്കിലെ നിശ്ശബ്ദതയാണ്. ''ഞാൻ നിങ്ങളോട് പറയുന്ന കാര്യങ്ങൾ നിങ്ങളുടെ ജീവിതത്തിൽ ഒരു യാഥാർത്ഥ്യമായി തീർന്നുകൊണ്ടിരിക്കുകയാണെങ്കിൽ നിങ്ങൾ എന്റെ വാക്കുകളെ ഓർക്കുന്നുവോ ഇല്ലയോ എന്നുള്ളത് ആര് ഗൗനിക്കുന്നു? അത് ഓർക്കാതിരിക്കുന്നത് തികച്ചും ശരിതന്നെ; വാക്കുകളുടെ ഏതെങ്കിലും തരത്തിലുള്ള സ്മരണ ഒരു തടസ്സമായിരിക്കും. പരിശുദ്ധമായ അർത്ഥം മാത്രം നിങ്ങളുടെ സത്തയുടെ അത്യഗാധമായ കാമ്പിലേക്ക് വ്യാപിക്കട്ടെ, അവിടെ വാക്കുകൾക്ക് എത്തിച്ചേരാനാവില്ല, അവിടെ വാഗ്രഹിതമായ അർത്ഥത്തിന് മാത്രമേ പ്രവേശിക്കുവാൻ സാധ്യമാകു.''

വാസ്തവത്തിൽ, അദ്ദേഹത്തിന്റെ വാക്കുകൾ വായിക്കുക എന്നത് ഏതെങ്കിലും തരത്തിലുള്ള മനോ വ്യായാമത്തിലേർപ്പെടുക എന്നതിനേക്കാളേറെ സംഗീതം ശ്രവിക്കുന്നതിനോടാണ് സമാനമായിട്ടുള്ളത്. സംഗീതം ശ്രവിച്ചുകൊണ്ടിരിക്കൽ- അല്ലെങ്കിൽ വീഞ്ഞ് നുണഞ്ഞുകൊണ്ടിരിക്കൽ: ഒന്ന് മൊത്തുക, മണപ്പിച്ചു നോക്കുക. ആ സ്വാദ് നിങ്ങളുടെ ആദ്ധ്യാത്മിക രുചി മണ്ഡലത്തെ തൊട്ടുണർത്താൻ അനുവദിക്കുക.

പ്രേം മനീഷ

ഓഷോ ധ്യാനോത്സവം

മാസം മാസം പത്ത്

പ്രഭാത ചിന്താവിഷയം

നിശ്ശബ്ദമായിരിക്കവേ, യാതൊന്നും
ചെയ്യാതിരിക്കവേ വസന്തം വരികയും.....
തൃണങ്ങൾ താനേ തളിർക്കുകയും ചെയ്യും.

പ്രദോഷ ചിന്താവിഷയം

ദുഃഖം വേണമോ പരമാനന്ദം വേണമോ,
നിങ്ങൾക്ക് തെരഞ്ഞെടുക്കാം.

പ്രഭാതമനനം

യഥാർത്ഥമായ സാഹസികത ആരംഭിക്കുന്നത് നിങ്ങൾ നിങ്ങളുടെ സത്തയുടെ ആഴത്തിലേക്കും അവബോധത്തിന്റെ ഔന്നത്യത്തിലേക്കും നീങ്ങുമ്പോൾ മാത്രമാണ്, ഈ രണ്ടു പ്രക്രിയകളും ഒരേ നാണയത്തിന്റെ രണ്ട് വശങ്ങളാണ്. നിങ്ങൾ ആഴത്തിലേക്ക് പോകുമ്പോൾ ഉയരത്തിലേക്ക് പോകുന്നു, നിങ്ങൾ ഉയരത്തിലേക്ക് പോവുകയാണെങ്കിൽ, ആഴത്തിലേക്ക് പോകുന്നു. അതൊരേ മാനമാകുന്നു, ലംബമാനം. ഒരു മ്ലാനമായ ജീവിതം നയിക്കുന്ന ആളുകൾ തിരശ്ചീനമായാണ് ജീവിക്കുന്നത്, തീർച്ചയായും നിശ്ചയമായും അവരുടെ ജീവിതം ഒരു കാറ്റൊഴിഞ്ഞ ടയർ പോലെയാണ്, അങ്ങേയറ്റം പഞ്ചറായത്. ഏതെങ്കിലും തരത്തിൽ ലംബമായിത്തീരുക. സന്യാസം തിരശ്ചീനത്തിൽ നിന്ന് ലംബത്തിലേക്കുള്ള ഒരു മാറ്റമാകുന്നു. അതിനുശേഷമാകട്ടെ ജീവിതം യഥാർത്ഥത്തിൽ പരമാനന്ദമാകുന്നു, ദൈവത്തിന്റെ ഒരു വരദാനം. ഒരാൾക്ക് ദൈവത്തോട് കടം വീട്ടാനാവില്ല, അതിന് യാതൊരു മാർഗവുമില്ല. ഒരുവനു നന്ദിയുള്ളവനായിരിക്കുവാൻ മാത്രമേ കഴിയൂ, അപാരമായി കൃതജ്ഞനാവുക. അതാണ് പ്രാർത്ഥന, അതാണ് മതം. നമുക്കു വേണ്ടി ചെയ്തിട്ടുള്ള എല്ലാറ്റിനുമായി അസ്തിത്വത്തോടുള്ള അഗാധമായൊരു കൃതജ്ഞത.

പ്രദോഷമനനം

നദിയോടൊപ്പം ഒഴുകുക, നദിയുമായി ഒരുമിച്ച് പോവുക, സ്വയം പൂർണ്ണമായും നദിയ്ക്കു വിട്ടുകൊടുക്കുക. അതിപ്പോൾ തന്നെ സമുദ്രത്തിലേക്കുള്ള യാത്രയിലാണ്, അത് നിങ്ങളെയും സമുദ്രത്തിലേക്കെത്തിക്കും. നിങ്ങൾ നീന്തുകപോലും ചെയ്യേണ്ടതില്ല. സമുദ്രം ദൈവത്തെ പ്രതിനിധീകരിക്കുന്നു, ആ സമുദ്രത്തെ കണ്ടെത്തുന്നില്ലെങ്കിൽ നമുക്ക് തൃപ്തരാകുവാൻ സാധ്യമല്ല - പരിമിതികൾ, അതിർവരമ്പുകൾ കാരണം. എല്ലാ അതിർവരമ്പുകളും ബന്ധനങ്ങളാണ്. നദി സമുദ്രത്തിലേക്ക് പതിക്കുന്ന നിമിഷം അതനന്തമായിത്തീരുന്നു, അത് നിത്യമായിത്തീരുന്നു. അതുതന്നെയാണ് സന്യാസത്തിന്റെ ലക്ഷ്യവും: അനന്തതയിൽ എത്തിച്ചേരുവാൻ, നിത്യതയിൽ, ആ വിശാലതയിൽ, അതിരുകളില്ലാത്തതിൽ, അനിർവ്വചനീയമായതിൽ, അവാച്യമായതിൽ എത്തിച്ചേരുവാൻ നിങ്ങളെ സഹായിക്കൽ.

പ്രഭാതമനനം

രണ്ടു ലോകങ്ങളുണ്ട്: ഒന്ന് ബാഹ്യത്തിലും മറ്റേത് ആന്തരികത്തിലും. അജ്ഞർക്കു മാത്രമാണ് അവ രണ്ടായിരിക്കുന്നത്, നിങ്ങൾ അവയുടെ ഏകത്വം കണ്ടിട്ടില്ലാത്തതു കൊണ്ടുമാത്രമാണ് അവ രണ്ടായി രിക്കുന്നത്, കാരണം രണ്ടിനുമിടയിൽ ഒരു വിഭജന രേഖ പോലെ അഹംബോധം നിൽക്കുകയാണ്. ഒരിക്കൽ അഹംബോധം ഇല്ലാതായിക്കഴിഞ്ഞാൽ, അപ്രത്യക്ഷമായിക്കഴിഞ്ഞാൽ ഒരു ലോകം മാത്രമേ യുള്ളു. അപ്പോഴത് ആത്മനിഷ്ഠമോ വസ്തുനിഷ്ഠമോ അല്ല, ബാഹ്യമോ ആന്തരികമോ അല്ല. എന്നാൽ തുടക്കത്തിൽ നാം നിലനിൽക്കുന്ന അവസ്ഥയെ നമ്മൾ അംഗീകരിക്കേണ്ടതുണ്ട്; അതിനാലാണ് ഞാൻ പറയുന്നത്, രണ്ടു ലോകങ്ങൾ ഉണ്ടെന്ന്. ഞാൻ ഉദ്ദേശിക്കുന്നത്, നിങ്ങളുടെ കാര്യത്തിൽ രണ്ടു ലോകങ്ങളുണ്ട് എന്നാണ് - ബാഹ്യലോകവും ആന്ത രികലോകവും.

ആത്യന്തിക സത്യത്തിലേക്ക് പ്രവേശിക്കുവാൻ ഒരുവനാദ്യം ആന്തരികത്തെ പര്യവേക്ഷണം ചെയ്യ ണം. എന്നാൽ നാമെല്ലാം പര്യവേക്ഷണം ചെയ്തു കൊണ്ടിരിക്കുന്നത് ബാഹ്യത്തെയാണ് - നാം തുടങ്ങുന്നത് തെറ്റായ ചുവടുവെയ്പ്പോടു കൂടിയാണ്. അപ്പോൾ മറ്റുള്ളതെല്ലാം തെറ്റായിപ്പോകുന്നു. ആദ്യ ചുവട് തെറ്റാണെങ്കിൽ മറ്റുള്ളതെല്ലാം തെറ്റു തന്നെ യായിരിക്കും.

ആദ്യം നിങ്ങളുടെ പ്രകാശത്തിന്റെ ആന്തരിക സ്രോതസ്സ് നിങ്ങൾ കണ്ടെത്തേണ്ടതാണ് - അതേ റ്റവും നിർവൃതിദായകമായ സാഹസികശ്രമങ്ങളിൽ ഒന്നാകുന്നു. വാസ്തവത്തിൽ, അതുതന്നെയാണേറ്റ വും നിർവൃതികരമായ സാഹസികപരിശ്രമം. മറ്റൊരു സാഹസികതയെയും അതിനോട് താരതമ്യപ്പെടു

ത്താനാവില്ല, എല്ലാം നിഷ്പ്രഭമായിപ്പോകുന്നു. ചന്ദ്ര നിലേക്കോ ചൊവ്വയിലേക്കോ പോകുന്നതുപോലും അത്രത്തോളം എത്തുന്നില്ല. യേശുവോ, ബുദ്ധനോ നടത്തിയിട്ടുള്ള യാത്രയോടു താരതമ്യം ചെയ്യുമ്പോൾ അതൊന്നുമല്ല. അവരുടേതാണ് യഥാർത്ഥമായ സാഹസികകൃത്യങ്ങൾ.

പ്രദോഷമനനം

മനുഷ്യൻ അവന്റെ ജീവിതം പണിതുയർത്തുന്നത് അവന്റെ സ്വപ്നങ്ങളാകുന്ന മണൽക്കൂമ്പാരത്തിന്മേലാണ്. അതുകൊണ്ടാണൊരാൾ എന്തൊക്കെ ചെയ്യാൻ ശ്രമിച്ചാലും എല്ലാം പരാജയപ്പെടുന്നത്, ആ കൊട്ടാരങ്ങൾ എല്ലാം തകർന്നടിയുന്നു. അവയ്ക്ക് നിത്യമായ എന്തെങ്കിലുമൊന്നിൽ ഉറച്ചു നിൽക്കുന്ന ഒരടിത്തറയില്ല; അവ പടുത്തുയർത്തപ്പെട്ടത് നൈമിഷികത്തിലാണ്. ഒരുവന്റെ മണൽക്കൊട്ടാരം തകർന്നടിയുമ്പോൾ അയാൾ മറ്റൊന്ന് ഉണ്ടാക്കുവാൻ തുടങ്ങുന്നു - അതേ പദാർത്ഥങ്ങൾ കൊണ്ടു തന്നെ, അതേ പദാർത്ഥങ്ങൾ തന്നെ. നാം ഒരു പാഠവും പഠിക്കുന്നില്ല എന്ന് തോന്നുന്നു. ഒരു സ്വപ്നം പരാജയപ്പെടുമ്പോൾ മറ്റൊരു സ്വപ്നം നാം നെയ്യുവാൻ തുടങ്ങുന്നു; ഒരു മോഹം ഇച്ഛാഭംഗത്തിൽ അവസാനിക്കുകയാണെങ്കിൽ ഉടനെ നാം മറ്റൊരു മോഹത്തിലേക്ക്, മറ്റൊരു പരിപാടിയിലേക്ക് എടുത്തു ചാടുന്നു - എന്നാൽ കാമന എന്നതുതന്നെ പരാജയമടയാനുള്ളതാണെന്ന് നാം ഒരിക്കലും മനസ്സിലാക്കുന്നില്ല. കാമന ചെയ്യുക എന്നാൽ സമ്പൂർണ്ണതയ്ക്കെതിരെ പോവുക എന്നാണർത്ഥം. അതസാധ്യമായൊരു യത്നമാണ്, അത് ചെയ്യാനാവില്ല. കാമന ചെയ്യാതിരിക്കുക എന്നു വെച്ചാൽ സമ്പൂർണ്ണതയിൽ വിശ്രാന്തിയടയുക, സമ്പൂർണ്ണതയോടൊപ്പം പോവുക എന്നർത്ഥമാകുന്നു; ഒരുവന് സ്വന്തമായി ഒരു കാമനയും ഇല്ലാതിരിക്കുക; അതിന്റെ അർത്ഥം, ‘‘സമ്പൂർണ്ണത എന്ത് ഇച്ഛിക്കുന്നുവോ അതുതന്നെ എന്റെ ഇച്ഛ. ഞാൻ വൈയക്തികമായൊരു ലക്ഷ്യവും നേടുവാൻ ശ്രമിക്കുന്നില്ല’’ എന്നാണ്.

ജീവിതത്തിന്റെ, അസ്തിത്വത്തിന്റെ ഭാഗമായി വർത്തിക്കുവാൻ നാം പഠിക്കേണ്ടതുണ്ട്. ആ മഹാ സമുദ്രത്തിലെ തിരമാലകളാണു നാം: നമുക്ക് വ്യക്തി പരമായ ലക്ഷ്യങ്ങൾ സാധ്യമല്ല.

ധ്യാനമെന്നാൽ വ്യതിരിക്ത ഉണ്മകളായല്ല നാം നിലനിൽക്കുന്നത് എന്നറിയാൻ ഇടയാകലാകുന്നു, നാം ദ്വീപുകളല്ല, അനന്തമായ ആ വൻകരയുടെ ഭാഗ ങ്ങളാണെന്ന തിരിച്ചറിയൽ - അതിനെ ദൈവമെന്ന് വിളിക്കുക, സത്യമെന്ന് വിളിക്കുക, പരംപൊരുളെന്ന് വിളിക്കുക, പൂർണ്ണതയെന്നോ നിങ്ങൾ ഇഷ്ടപ്പെടുന്ന ഏതു പേരു വേണമെങ്കിലും വിളിക്കുക.

പ്രഭാതമനനം

നിങ്ങളുടെ സത്തയുടെ കേന്ദ്രത്തിൽ എന്തു സംഭവിച്ചാലും അത് ബാഹ്യപരിധിയെ സ്വാധീനിച്ചു തുടങ്ങുന്നു. നിങ്ങളുടെ വീട് ഇരുട്ടിലാണെങ്കിൽ, തീർച്ചയായും ജാലകങ്ങളും വാതിലുകളുമെല്ലാം ഇരുട്ടു തന്നെ കാണിക്കും. അകത്ത് ഒരു മെഴുകുതിരി കത്തിച്ചുവെയ്ക്കുകയാണെങ്കിൽ, അപ്പോൾ ജാലകത്തിലൂടെയും വാതിലിലൂടെയും ആ വെളിച്ചം പുറത്തേയ്ക്കെത്തുവാൻ തുടങ്ങുന്നു.

വളരെ അകലെ നിന്നുതന്നെ വനത്തിനുള്ളിൽ, അന്ധകാരത്തിൽ വഴിതെറ്റിപ്പോയ ഒരു വ്യക്തി അതു കണ്ട് ആശ്വാസം നേടും, സമാധാനം കണ്ടെത്തും. അയാൾക്കത് ദിശാബോധം നൽകും, കാരണം നിങ്ങളുടെ ഭവനം ഒരു കൊച്ചു മെഴുകുതിരിയാൽ പ്രകാശപൂരിതമായിരിക്കുന്നു; അയാൾ നിങ്ങൾക്കു നേരെ നീങ്ങുവാൻ തുടങ്ങുന്നു. എന്നാൽ നിങ്ങളുടെ വീട് അന്ധകാരത്തിലാണെങ്കിൽ, അപ്പോൾ അയാൾക്ക് നിങ്ങളുടെ വീട് കണ്ടെത്തുവാൻ കഴിയുകയില്ല.

ഒരുവൻ പരമാനന്ദപൂർണ്ണനായിത്തീരുമ്പോഴൊക്കെയും അവൻ പ്രകാശപൂരിതനായിത്തീരുന്നു. ദുഃഖം അന്ധകാരമാണ്, പരമാനന്ദം പ്രകാശവും. കൂടാതെ പരമാനന്ദപൂർണ്ണനായ വ്യക്തി ആ ആനന്ദം പ്രസരിപ്പിക്കുന്നതും നിങ്ങൾക്കു കാണാൻ കഴിയും: അയാൾ സ്വയം പ്രകാശിതനാണ്. അയാളുടെ ആന്തരികമായ അകക്കാമ്പിൽ നിന്നും എന്തോ ഒന്ന് ശരീരത്തിൽ നിന്ന് അരിച്ചു പുറത്തേക്കു വരുന്നത് കാണാം - അതപാരമായ സൗന്ദര്യം നൽകുകയും ചെയ്യുന്നു.

പ്രദോഷമനനം

നമ്മളാരും അസ്തിത്വത്തിൽ നിന്ന് വേർപ്പെട്ട വരല്ല, എന്നാൽ നാമെല്ലാം ജീവിക്കുന്നത് ഓരോരുത്തരും വ്യതിരിക്തരാണെന്ന ആശയത്തോടു കൂടിയാണ്. ഈ വ്യതിരിക്തമെന്ന ആശയം അഹംബോധമാകുന്നു. ഈ ആശയം തന്നെയാണ് നരകമത്രയും സൃഷ്ടിക്കുന്നത്, അപ്പോൾ നാം നമ്മുടെ അതിജീവനത്തിനുവേണ്ടി ഭയാലുക്കളായിത്തീരുന്നു, ഭാവിയ്ക്കു വേണ്ടി ഭയാലുക്കളായിത്തീരുന്നു, ഒരു ദിനം നമ്മളും മരിക്കേണ്ടി വരുമെന്ന് നമ്മൾ ഭയപ്പെടുന്നു - ഇതെല്ലാം അഹംബോധമെന്ന ആശയത്തോട് ചേർന്നു നിൽക്കുന്നതാണ്. നാം സമ്പൂർണ്ണതയുമായി ഏകീഭവിച്ചു നിൽക്കുന്നുവെന്ന് നാം മനസ്സിലാക്കുന്നില്ല. മരണമോ ജനനമോ ഉണ്ടായിരുന്നിട്ടില്ല, കാരണം നാം എന്നും ഇവിടെ ഉണ്ടായിരുന്നു, പൂർണ്ണതയുടെ ഭാഗമായിരുന്നു. അത് കടലിൽ ഉയരുന്ന ഒരു തിരപോലെ തന്നെയാണ്. അതു ഉയരുന്നതിന് മുൻപും കടലിൽ ഉണ്ടായിരുന്നു, അത് കടലിലേക്കു തന്നെ തിരിച്ചു പോയി വിശ്രമിക്കുമ്പോഴും അതവിടെത്തന്നെയുണ്ട്. ജനനവും മരണവും രണ്ടും മിഥ്യയാണ്; തിര അവശേഷിക്കുന്നു, ചിലപ്പോൾ ഉൾവലിഞ്ഞ് വിശ്രാന്തിയിൽ, ചിലപ്പോൾ അഭിവ്യഞ്ജിതം. എങ്കിലും അതവിടെ ഉണ്ട്, അതെപ്പോഴും അവിടെ ഉണ്ട്, അത് സമുദ്രത്തിന്റെ ഭാഗമാണ്.

നമ്മളും ഈ അസ്തിത്വത്തിന്റെ ഭാഗമാണ്, ഈ സമുദ്രത്തിന്റെ തിരമാലകളാണ്. ഒരിക്കൽ ഇതു മനസ്സിലാക്കി കഴിഞ്ഞാൽ എല്ലാ ഉൽക്കണ്ഠകളും അപ്രത്യക്ഷമാകുന്നു; വ്യാകുലപ്പെടാനായി ഒന്നുമില്ല. ഇത് നമ്മുടെ ഭവനമാണ്, നമ്മൾ അതിന്റെ ഭാഗമാണ്. മറ്റെവിടേയ്ക്കെങ്കിലും പോയി വർത്തിക്കുവാനോ വർത്തിക്കാതിരിക്കുവാനോ യാതൊരു മാർഗവുമില്ല - അതിന് ഒരു വഴിയുമില്ല തന്നെ.

പ്രഭാതമനനം

നാം പ്രകാശനിർമ്മിതമാണ്, ഈ അസ്തിത്വമാകെ പ്രകാശനിർമ്മിതമാണ്. എന്നിട്ടും അമ്പരപ്പിക്കുന്ന പ്രതിഭാസമെന്തന്നാൽ, നാം ജീവിക്കുന്നത് അന്ധകാരത്തിലാണ്. നമുക്ക് എങ്ങനെയാണ് അന്ധകാരത്തിൽ ജീവിക്കുവാൻ കഴിയുന്നതെന്നത് യഥാർത്ഥത്തിൽ അവിശ്വസനീയമാണ്. അതൊരു അത്ഭുതകൃത്യം തന്നെയാണ്! നമ്മൾ എല്ലാം ചെയ്തുകൊണ്ടിരിക്കുന്നത് ഒരു മഹാത്ഭുതം തന്നെയാണ്: നാം പ്രകാശത്താൽ നിർമ്മിതമായിരുന്നിട്ടും അന്ധകാരത്തിലാണ് ജീവിക്കുന്നത്.

അതിനുള്ള കാരണം നാം ഒരിക്കലും നമ്മെത്തന്നെ നിരീക്ഷിക്കുന്നില്ല. നാം മറ്റുള്ളവരെയെല്ലാം നിരീക്ഷിക്കുന്നു, അവിടെയും ഇവിടെയുമെല്ലാം നോക്കിക്കൊണ്ടിരിക്കുന്നു. നമ്മുടെ കണ്ണുകൾ നിരന്തരം ഒരു വസ്തുവിൽ നിന്ന് മറ്റൊരു വസ്തുവിലേക്ക് ഓടിക്കൊണ്ടിരിക്കുന്നു. എന്നാൽ നമ്മുടെ സ്വന്തം സത്തയുടെ ഒരു കൊച്ചു ദർശനം ലഭിയ്ക്കുവാനായി അവയൊരിക്കലും നിശ്ചലവും നിശ്ശബ്ദവുമായിത്തീരുന്നില്ല.

എന്നാൽ ആ കൊച്ചു നൈമിഷികദർശനം തന്നെ മതി പരിവർത്തിപ്പിക്കുവാൻ, അത് നിങ്ങളെ ഉണർത്തുന്നു. പിന്നീട് മരണമില്ല, നിങ്ങൾക്ക് യാതൊരു പരിമിതിയുമില്ല. അപ്പോൾ നിങ്ങൾ അപരിമിതനാകുന്നു, നിങ്ങൾ സ്വാതന്ത്ര്യമാകുന്നു - സ്വാതന്ത്ര്യത്തിന്റെ ആഹ്ലാദം അനന്തവുമാണ്.

പ്രദോഷമനനം

നാം നിലനിൽക്കുന്നത് വേറിട്ട ഉണ്മകളായിട്ടാണെന്ന് നമുക്ക് വിശ്വസിക്കാം, എന്നാൽ അതു വിശ്വാസം മാത്രമാണ്, യാഥാർത്ഥ്യമല്ല. വിശ്വാസം യാഥാർത്ഥ്യത്തിന് എതിരായിത്തീരുമ്പോഴെല്ലാം അത് പീഡനം സൃഷ്ടിക്കുകയും ചെയ്യുന്നു, കാരണം യഥാർത്ഥമല്ലാത്ത എന്തോ ഒന്നിനനുസരണമായിട്ടാണ് നിങ്ങൾ ജീവിക്കുന്നത്. നിങ്ങൾ തെറ്റായി പോകുവാൻ തുടങ്ങുന്നു. യാഥാർത്ഥ്യത്തിനനുസരണമായി ജീവിക്കുമ്പോൾ ഒരു ദുഃഖവുമില്ല; അതിന്റെ അനന്തരഫലം പരമാനന്ദമാണ്.

ഒരു ഇലയ്ക്ക് അവബോധമുണ്ടെങ്കിൽ അത് വൃക്ഷത്തിൽ നിന്ന് വേർപ്പെട്ടതാണെന്ന് ചിന്തിക്കാൻ തുടങ്ങിയേക്കാം; അതിന് വൃക്ഷവുമായി യാതൊരു ബന്ധവുമില്ല, അതിന് അതിന്റേതായ മാർഗമുണ്ട് എന്നെല്ലാം അത് ചിന്തിച്ചേക്കാം. അപ്പോൾ പൊടുന്നനെ പ്രയാസങ്ങൾ ഉണ്ടായിത്തീരുന്നു, സംഘട്ടനമുണ്ടാകുന്നു.

അതതിന്റെ സ്വന്തം ഊർജ്ജസ്രോതസ്സിൽ നിന്ന് കൂടുതൽക്കൂടുതൽ അകന്ന് മാറുവാൻ തുടങ്ങും, ഒറ്റപ്പെടുവാൻ തുടങ്ങും. മരം അതിന്റെ മാതാവാണ്, ആ മരം ഒരു മരം മാത്രമല്ല, അത് ഭൂമിയിൽ വേരുറച്ചു നിൽക്കുന്നു, അത് ഭൂമിയെ മുഴുവനും പ്രതിനിധീകരിക്കുന്നു. അത് ശ്വസിക്കുന്നത് അന്തരീക്ഷവായുവാണ്, അത് അന്തരീക്ഷത്തെ മുഴുവനും പ്രതിനിധീകരിക്കുന്നു. അത് സൂര്യനുമായി ബന്ധപ്പെട്ട് നിൽക്കുന്നു. അങ്ങകലെയുള്ള നക്ഷത്രങ്ങളുമായും ബന്ധപ്പെട്ട് നിൽക്കുന്നു. ആ വൃക്ഷവുമായി പോരടിയ്ക്കുകയെന്നാൽ പ്രപഞ്ചവുമായി പോരടിയ്ക്കലാണ്. കേവലം പാവപ്പെട്ട ഒരു കുഞ്ഞില പ്രപഞ്ചത്തോട് മത്സ

രിക്കുവാൻ ശ്രമിക്കുന്നു - ആ ആശയം മുഴുവനും മണ്ടത്തരമാണ്. എന്നാൽ അതാണ് മനുഷ്യൻ ചെയ്തുകൊണ്ടേയിരിക്കുന്നത്: അവൻ നദിയെ തള്ളിക്കൊണ്ടേയിരിക്കുന്നു. സന്യാസമെന്നാൽ നദിയുമായുള്ള പോരാട്ടം ഉപേക്ഷിക്കലാണ്, നദിയോടൊപ്പം പോകൽ, നിങ്ങളെ കൊണ്ടു പോകുവാൻ നദിയെ അനുവദിക്കൽ, ലെറ്റ്ഗോ- യുടെ കല അഭ്യസിക്കൽ. ആ രണ്ട് ലളിതമായ വാക്കുകൾ, 'ലെറ്റ് ഗോ', ആ രണ്ട് വാക്കുകൾ സന്യാസത്തിന്റെ സത്തയെ നിർണ്ണയിക്കുന്നു. അപ്പോൾ ഒരുവന് പറയുവാൻ കഴിയും: ''നിന്റെ രാജ്യം വരേണമേ, നിന്റെ ഇച്ഛ നടക്കേണമേ.'' അപ്പോൾ ഒരാൾ തന്റെ ഇച്ഛയെ പിൻവലിക്കുന്നു. എന്നാൽ നിങ്ങൾ നിങ്ങളുടെ ഇച്ഛയെ പിൻവലിക്കുന്ന നിമിഷം നിങ്ങളുടെ ജീവിതം അതീവ ധന്യമായിത്തീരുന്നു. പൊടുന്നനെ സമ്പൂർണ്ണത നിങ്ങളോടൊപ്പം ഉണ്ടാകുന്നു- സമ്പൂർണ്ണത നമ്മോടൊപ്പം ഉണ്ടാകുമ്പോൾ മാത്രമേ നമുക്ക് വിജയിയാകുവാൻ കഴിയുന്നുള്ളൂ.

osho nisarg
oshonisarga.co
fb/vesoshonisa

പ്രഭാതമനനം

സാധാരണയായി മനുഷ്യൻ അബോധവാനാണ്. അവന്റെ ചെറിയൊരംശം മാത്രമേ ബോധവാനായി ത്തീർന്നിട്ടുള്ളു. വളരെ ചെറിയൊരംശം, മിന്നിക്കെ ട്ടുകൊണ്ടിരിക്കുന്ന ഒരംശം മാത്രം. ഏതുനിമിഷവും ഏതൊരു ചെറിയ സംഭവവും നിങ്ങളെ അബോധ വാനാക്കാം. ആരെങ്കിലും നിങ്ങളുടെ കാൽവിരലിൽ ചവിട്ടിയാൽ മതി നിങ്ങൾ അബോധവാനാകുന്നു. ആരെങ്കിലും ഒന്ന് നിങ്ങളെ തല്ലിയാൽ നിങ്ങൾ അബോധവാനായി; നിങ്ങളെ ഒന്ന് അപമാനിക്കുന്നു, നിങ്ങളുടെ നേരെ കോപത്തോടെ നോക്കുന്നു, നിങ്ങൾ അബോധവാനായി ; സുന്ദരിയായ ഒരു സ്ത്രീ അരികിലൂടെ കടന്നുപോകുന്നു, നിങ്ങൾ അബോധ വാനായി. നിങ്ങളുടെ അവബോധം അത്രയേയുള്ളൂ, അത് കേവലം വളരെ ഉപരിപ്ലവമായ പ്രതിഭാസമാ ണ്. ഉള്ളിൽ അബോധത്തിന്റെ വിശാലമായൊരു വൻകരയാണ് നിങ്ങൾ കൊണ്ട് നടക്കുന്നത്, അതാ ണ് പരിവർത്തിപ്പിക്കപ്പെടേണ്ടത്.

നിങ്ങളുടെ മുഴുവൻ സത്തയും ബോധമായിത്തീ രുമ്പോൾ, ഒന്നിനും നിങ്ങളെ അബോധവാനാക്കുവാൻ കഴിയാതാകുമ്പോൾ, ഗാഢനിദ്രയിൽ പോലും ആ അവബോധം സൂക്ഷ്മമായൊരു പശ്ചാത്തലമായി നിലനിൽക്കുമ്പോൾ, അപ്പോൾ അയാൾ സ്വഭവന ത്തിൽ എത്തിച്ചേർന്നിരിക്കുന്നു. ഒരുവൻ ഉണർന്നെ ഴുന്നേൽക്കുകയാണെങ്കിൽ അവൻ സ്വഭവനത്തിൽ എത്തിച്ചേർന്നിരിക്കുന്നു. എന്നാൽ ഒരുവൻ ഉണരു ന്നില്ലെങ്കിൽ അയാൾ എല്ലായിടത്തും അലഞ്ഞു കൊണ്ടിരിക്കുമെങ്കിലും സ്വഭവനത്തിലേക്കെത്തു ന്നില്ല.

പ്രദോഷമനനം

അമ്മയുടെ ഗർഭപാത്രത്തിൽ എല്ലാം കുട്ടികളും പരമാനന്ദപൂർണ്ണരാണ്. അവിടെ അവന് യാതൊന്നുമില്ല–അവൻ അമേരിക്കൻ പ്രസിഡന്റല്ല, ലോകത്തിലെ ഏറ്റവും വലിയ പണക്കാരനല്ല, അവൻ ഒരു കൊട്ടാരത്തിന്റെയും ഉടമയല്ല - അവന്റേതായി യാതൊന്നും തന്നെയില്ല, എന്നാൽ അവന്റെ പരമാനന്ദം അനന്തമാണ്. മനഃശാസ്ത്രജ്ഞർ പറയുന്നത് ഗർഭപാത്രത്തിനകത്തെ പരമാനന്ദമാണ് ഒരാളെ അവന്റെ ജീവിതം മുഴുവൻ വേട്ടയാടിക്കൊണ്ടിരിക്കുന്നതെന്നാണ്: അതെങ്ങനെ വീണ്ടെടുക്കും? അമ്മയുടെ ഗർഭപാത്രത്തിനകത്തു വെച്ച് നാം എന്തോ ചിലത് രുചിച്ചറിഞ്ഞിരിക്കുന്നു, അത് നമുക്ക് മറക്കാനാവുന്നില്ല. അത് മറക്കുവാൻ വേണ്ടി നാം സാധ്യമായ ശ്രമമെല്ലാം നടത്തുന്നു. എന്നാൽ എങ്ങിനെയോ അതവിടെ തുടർന്നും നിലനിൽക്കുന്നു. അത്രയും അഗാധമായ ഒരനുഭവമായിരുന്നു, അതിനെ തുടച്ചു മാറ്റുവാൻ സാധിക്കുന്നില്ല. എന്നാൽ അത് വീണ്ടും വളരെ എളുപ്പത്തിൽ തന്നെ സ്വായത്തമാക്കുവാൻ കഴിയും. ഒരാൾ ഒരു കൊച്ചു കുഞ്ഞിനെപ്പോലെയായിത്തീരുകയും ഈ പ്രപഞ്ചത്തെ മുഴുവനും അമ്മയുടെ ഗർഭപാത്രമായി കാണുകയും ചെയ്യേണ്ടതുണ്ട്. അതാണ് വാസ്തവത്തിൽ ഒരു മതം ചെയ്യേണ്ടതായി കണക്കാക്കപ്പെടുന്നത്; ഈ പ്രപഞ്ചത്തെ സ്വന്തം അമ്മയായി കരുതുവാനും അങ്ങനെ നിങ്ങളും പ്രപഞ്ചവും തമ്മിൽ യാതൊരു സംഘട്ടനവും ഉണ്ടാവാതിരിക്കുവാൻ, നിങ്ങൾക്ക് പ്രപഞ്ചത്തിൽ വിശ്വസ്തതയർപ്പിക്കുവാൻ നിങ്ങളെ സഹായിക്കുക. അപ്പോൾ അഗാധതയിൽ നിങ്ങളറിയുന്നു, അത് നിങ്ങളുടെ കാര്യത്തിൽ ശ്രദ്ധാ

ലുവാണ്, നിങ്ങൾ വ്യാകുലപ്പെടേണ്ട കാര്യമില്ല. താൻ തന്നെ എല്ലാം പരിരക്ഷിക്കേണ്ടതാണെന്നോർത്ത് നിങ്ങൾ നിരന്തരം ഉൽക്കണ്ഠാകുലനായും പിരിമുറുക്കത്തോടെയും വർത്തിക്കേണ്ട കാര്യമില്ലെന്ന്. അപ്പോൾ പൊടുന്നനെ മഹത്തായ പരമാനന്ദം ഉണ്ടാകുന്നു. ധ്യാനം നിങ്ങളെ പ്രപഞ്ചമാകുന്ന ഗർഭപാത്രത്തിലേക്ക് തിരിച്ചു വീഴുവാൻ സഹായിക്കുക മാത്രമാണ് ചെയ്യുന്നത്.

osho
oshonis
fb/yesos

പ്രഭാതമനനം

ദൈവത്തെ തെളിയിക്കാനാവില്ല.അതിനനുകൂല മായോ പ്രതികൂലമായോ യാതൊരു വാദഗതിയും ഫലപ്രദമാകുവാൻ സാധ്യമല്ല. എന്നാൽ ഒരുവൻ അവബോധത്തിൽ വളരുകയാണെങ്കിൽ അയാൾ ദൈവത്തെ അനുഭവിച്ചറിയുവാൻ തുടങ്ങുന്നു. നിങ്ങൾ കൂടുതൽക്കൂടുതൽ അവബോധത്തിൽ വളർച്ച പ്രാപിക്കുന്നതോടെ കാര്യങ്ങൾ അപ്രത്യക്ഷ മായിക്കൊണ്ടിരിക്കുന്നതിനെക്കുറിച്ച് നിങ്ങൾ ബോധ വാനായിത്തീരുന്നു: പദാർത്ഥം അപ്രത്യക്ഷമാവു കയും പദാർത്ഥത്തിനു പകരം പ്രപഞ്ചം ദൈവിക തയായി, അവബോധമായി കാണപ്പെടാൻ തുടങ്ങു കയും ചെയ്യുന്നു.

അത് ലളിതമായ നിയമമാണ്: ലോകം പദാർത്ഥ മായി കാണപ്പെടുന്നതിനു കാരണം, നിങ്ങൾ സ്വയം ശരീരമാണെന്ന് വിചാരിക്കുന്നു. നിങ്ങൾ എന്താണോ, അതാണ് ലോകമെന്ന് നിങ്ങൾ കരുതും. നിങ്ങൾ ശരീരമാണെന്ന് നിങ്ങൾ കരുതുന്നുവെങ്കിൽ, ലോകം പദാർത്ഥമാണ്, ദൈവമില്ല. നിങ്ങൾ ഒരു ആത്മാവാ ണെന്ന് നിങ്ങൾ കരുതുന്നുവെങ്കിൽ, നിങ്ങൾ സ്വയം അവബോധമാണെന്ന് അനുഭവിച്ചറിയുന്നുണ്ടെങ്കിൽ, ഉടനടി ഈ ലോകം അവബോധമായി അനുഭവിച്ചറി യപ്പെടുന്നു. ലോകം ഒരു കണ്ണാടി ആകുന്നു; നിങ്ങൾ എന്താണോ അത് തിരിച്ച് പ്രതിഫലിപ്പിക്കപ്പെടുന്നു. അതുകൊണ്ട് നിങ്ങൾ അർഹിക്കുന്നതു മാത്രമേ നിങ്ങൾക്ക് ലഭിക്കുന്നുള്ളു.

കൂടുതൽ ബോധവാനായിത്തീരുക. അപ്പോൾ നിങ്ങളോടൊപ്പം ലോകവും ബോധമുള്ളതായിത്തീ രുന്നു. നിങ്ങൾ നിങ്ങളുടെ അവബോധത്തിന്റെ

പരമോന്നത ശൃംഗത്തിൽ എത്തിച്ചേരുമ്പോൾ ലോകം പദാർത്ഥമെന്ന നിലയിൽ അപ്രത്യക്ഷമായിത്തീരുന്നു, അത് ദൈവികതയായി പരിവർത്തിക്കപ്പെടുന്നു. അതാണ് സത്യത്തിന്റെ, പ്രേമത്തിന്റെ, പരമാനന്ദത്തിന്റെ ആത്യന്തികമായ അനുഭവം.

പ്രദോഷമനനം

സത്യം അറിയപ്പെടുന്നത് അഗാധമായൊരു ആന്തരികസ്വരൈക്യത്തിലൂടെ മാത്രമാണ്. സാധാരണഗതിയിൽ നാം ഒരു അവ്യവസ്ഥയാണ്, സ്വരച്ചേർച്ചയില്ലാത്തത്.നമ്മളിൽ ഒരു വ്യക്തിയല്ല, പല വ്യക്തികളാണുള്ളത്. നമ്മൾ നാനാമനസ്സാണ്; ഉള്ളിൽ പല മനസ്സുകളുണ്ട്, അവയെല്ലാം നമ്മെ നാനാ ദിശകളിലേക്ക് നയിച്ചുകൊണ്ടിരിക്കുന്നു - പല ശബ്ദങ്ങൾ, നിങ്ങളുടേത് ഏതെന്ന് തിരിച്ചറിയാൻ നിങ്ങൾക്ക് കഴിയുന്നില്ല. ഒരു ശബ്ദം പറയുന്നു, ''ഇത് ചെയ്യുക.'' മറ്റൊരു ശബ്ദം പറയുന്നു, ''അത് ചെയ്യരുത്.'' ഒരാൾ നിരന്തരം ചഞ്ചലപ്പെട്ടുകൊണ്ടിരിക്കുന്നു, നിലത്തെറിയപ്പെട്ട ഒരു കണ്ണാടി പോലെ ആയിരമായിരം കഷ്ണങ്ങളായി ചിന്നിച്ചിതറിപ്പോകുന്നു. മനുഷ്യൻ അവനവനെ കാണുന്നത് ആ ഒരവസ്ഥയിലാണ്. എങ്കിലും ആ കഷ്ണങ്ങളെയെല്ലാം ശേഖരിക്കാൻ കഴിയും. അവയെല്ലാം ഉരുക്കിയെടുത്ത് ഒരു പൂർണ്ണതയാക്കുവാൻ കഴിയും; അവയെ ഉദ്ഗ്രഥനം ചെയ്ത് ഘനീഭവിപ്പിക്കുവാൻ കഴിയും. ആ ഏകത നിങ്ങളിൽ ഉയർന്നുവരുന്ന നിമിഷം മഹത്തായൊരു സംഗീതം സംജാതമാകുന്നു, എല്ലാ ശബ്ദങ്ങളും ഒരു ഓർക്കസ്ട്രയായി മാറുന്നു. അപ്പോൾ മാത്രമാണ് നിങ്ങൾക്ക് അസ്തിത്വമാകുന്ന സത്യം കാണുവാൻ കഴിയുന്നത്, കേൾക്കുവാനും അനുഭവിച്ചറിയുവാനും കഴിയുന്നത്. അതെന്നും ഉണ്ടായിരുന്നു, എന്നാൽ നമ്മുടെ മനസ്സുകൾ അത്ര ശബ്ദായമായതിനാൽ നമുക്കതറിയുവാൻ കഴിയുന്നില്ല.

ഈ ആന്തരിക അവ്യവസ്ഥ ഇല്ലാതാകുന്നതോടെ നമുക്കുള്ളിലെ നിതാന്തമായ നേരിയ ശബ്ദം കേൾക്കുവാൻ കഴിയുന്നു. അപ്പോൾ നിസ്സന്ദേഹമായും തെറ്റില്ലാതെയും ഒരുവൻ അറിയുന്നു: ''ഇതാണ്

എന്റെ ശബ്ദം, ഇത് അസ്തിത്വം എന്നിൽ സംസാരിക്കുന്നതാണ്.'' അപ്പോൾ ഒരിക്കലും ഒരു സംശയവുമില്ല, നിങ്ങൾ അതിനെ സംശയിക്കുന്നില്ല. അത് നിസ്സംശയമാണ്. സന്ദേഹരാഹിത്യത്തിന്റെ, സുനിശ്ചിതത്വത്തിന്റെ ആ പാറമേൽ മാത്രമാണ് ജീവിതത്തിന് ഒരു ദേവാലയമായിത്തീരുവാൻ കഴിയൂ - അല്ലാത്തപക്ഷം നമ്മൾ നിർമ്മിച്ചു കൊണ്ടിരിക്കുന്നത് മണൽ കൊട്ടാരങ്ങൾ മാത്രമാണ്.

പ്രഭാതമനനം

സാധാരണഗതിയിൽ മനുഷ്യൻ വളരെ ക്രൂരനാണ്. ഏതൊരു മൃഗത്തേക്കാളും കൂടുതൽ ക്രൂരൻ, ഏതൊരു മൃഗത്തേക്കാളും കൂടുതൽ മൃഗീയൻ. മനുഷ്യൻ അവന്റെ അബോധത്തിൽ ജന്തുലോകത്തേക്കാൾ എത്രയോ താഴെയാണ്, കാരണം ഒരു മൃഗവും അതിന്റെ തന്നെ ജീവിവർഗത്തെ കൊന്നൊടുക്കാറില്ല. മനുഷ്യൻ മാത്രമാണങ്ങനെ ചെയ്യുന്നത്; ഒരു മൃഗവും വിനോദത്തിനായി മാത്രം കൊല നടത്താറില്ല. മൃഗങ്ങളുടെ കൂട്ടത്തിൽ മൃഗയാവിനോദക്കാരില്ല. അവർ കൊല്ലുന്നത് വിശക്കുമ്പോൾ മാത്രമാണ്, അല്ലാത്തപ്പോൾ അത് ചെയ്യാറില്ല.

മറ്റൊരു മൃഗവും കാരുണ്യവാനുമല്ല. അതിനാൽ മനുഷ്യന് മൃഗങ്ങളേക്കാൾ കീഴ്പ്പോട്ടു നിലംപതിക്കുവാനും ദേവന്മാരിലേക്ക് ഉയരുവാനും കഴിയും, അതാണ് മനുഷ്യന്റെ സൗന്ദര്യം, അവന്റെ മഹത്വം; അവന് അതിവിശാലമായൊരു വർണ്ണരാജിയുണ്ട്, ഈ പ്രപഞ്ചം മുഴുവനും അവന് സുലഭ്യമാണ്, അവനേറ്റവും താഴേയായിരിക്കുവാനും അവനേറ്റവും ഉന്നതനായിരിക്കുവാനും കഴിയും.

പരമോന്നതമെന്ന ലക്ഷ്യത്തിനുവേണ്ടി സമർപ്പിതനായിത്തീരുക. അത്, ''പരമോന്നതമായ പരിവർത്തനത്തിൽ എത്തിച്ചേരുന്നതുവരെ ഞാൻ സംതൃപ്തനായി വിശ്രമിക്കുകയില്ല'' എന്ന ഒരു ദൃഢനിശ്ചയമാണ്. നിങ്ങൾ സമ്പൂർണ്ണമായി എടുക്കുന്ന തീരുമാനമാണതെങ്കിൽ അത് സംഭവിക്കാൻ തുടങ്ങുകയും ചെയ്യും. ഒന്നിന്റേയും അഭാവം നിങ്ങൾക്കില്ല, ആ തീരുമാനമൊഴികെ, തീരുമാനമെടുക്കുവാനുള്ള താൽപ്പര്യമൊഴികെ.

പ്രദോഷമനനം

നമ്മൾ പരിപൂർണ്ണരായിത്തീരേണ്ടതില്ല, നാം ജനിച്ചത് പരിപൂർണ്ണനായിട്ടു തന്നെയാണ്. പരമാനന്ദം നാം കണ്ടുപിടിക്കേണ്ടതില്ല, നാമത് കണ്ടെത്തുകയേ വേണ്ടൂ, അതിനാൽ ആളുകൾ വിചാരിക്കുന്നതു പോലെ അത്ര പ്രയാസകരമായ കാര്യമല്ലത്, അതൊരു ലളിതമായ വിശ്രാന്തിയുടെ, വിശ്രമിക്കലിന്റെ പ്രക്രിയയാണ്, പതുക്കെ പതുക്കെ കേന്ദ്രീകൃതനായിത്തീരുന്നതിന്റെ പ്രക്രിയ.

നിങ്ങൾ തപ്പിത്തടഞ്ഞ് നിങ്ങളുടെ കേന്ദ്രത്തിൽ എത്തിപ്പെടുന്ന ദിനം, പൊടുന്നനെ അവിടെയാകെ വെളിച്ചമാണ്: നിങ്ങളാ സ്വിച്ച് കണ്ടെത്തിക്കഴിഞ്ഞു. ഒരു ഇരുട്ടുമുറിയിൽ തപ്പിത്തടയുന്നതുപോലെയാണത്: നിങ്ങൾ തപ്പിത്തടഞ്ഞുകൊണ്ടേയിരിക്കുകയും ഒടുവിലാ സ്വിച്ച് കണ്ടെത്തുകയും ചെയ്യുന്നു. അതു തന്നെയാണ് ആ അവസ്ഥ; നാം അനാവശ്യമായാണ് കരഞ്ഞുവിളിച്ചുകൊണ്ടിരിക്കുന്നത്. നിങ്ങളുടെ ഈ പീഡനം കേവലം വിഡ്ഢിത്തമാണ്. ഒരു മനുഷ്യൻ ഒരു കയർ കണ്ട് പാമ്പാണെന്നു കരുതി പാഞ്ഞുകൊണ്ടിരിക്കുമ്പോൾ ഒരു പഴത്തൊലിയിൽ ചവിട്ടിവീഴുകയും എല്ലുകൾ പൊട്ടി ആശുപത്രിയിൽ കിടക്കേണ്ടി വരികയും ചെയ്യുന്നതുപോലെയാണത്. നിങ്ങൾക്കറിയാം, അയാൾ വെറും വിഡ്ഢിയാവുകയായിരുന്നുവെന്ന്- കാരണം അവിടെ ഒരു പാമ്പും ഉണ്ടായിരുന്നില്ല.

ഈ അസംബന്ധമായ, അർത്ഥരഹിതമായ ജീവിതശൈലി തികച്ചും മാറ്റേണ്ടതുണ്ട്. ആന്തരികതയിലേക്കു നോക്കുക, അവിടെ യാതൊന്നും കണ്ടെത്തുവാൻ കഴിയുന്നില്ലെങ്കിൽ, എങ്കിൽ നിങ്ങൾ പുറത്തേ

ക്കു നോക്കിക്കൊള്ളുക. എന്നാൽ ഞാൻ ഉറപ്പിച്ചു പറയുന്നു, ഉള്ളിലേക്കു നോക്കിയിട്ടുള്ള ആർക്കും തന്നെ ഇന്നേവരെ അതു നഷ്ടമായിട്ടില്ല. അതു കൊണ്ട് നിങ്ങൾക്കത് നഷ്ടപ്പെടുവാൻ യാതൊരു കാരണവുമില്ല. ഒരാൾ പോലും അതിനൊരു അപ വാദമായിട്ടില്ല, അതൊരു പരമമായ നിയമമാകുന്നു: ഉള്ളിലേക്കു പോകുന്ന ഒരുവൻ അതു കണ്ടെത്തുന്നു- അവൻ ദൈവരാജ്യം കണ്ടെത്തും, പരിപൂർണ്ണമായ പരമാനന്ദം, പരമമായ സത്യം, ജീവിതം നിരന്തരമാ യൊരു ആനന്ദനിർവൃതിയായിത്തീരുന്നു. ഒരുവൻ അമ്പരക്കുന്നു, എത്രമാത്രം ആനന്ദഹർഷമാണ് സാധ്യമാവുന്നത്: ''ഇതിൽ കൂടുതൽ ഉൾക്കൊള്ളു വാൻ എന്നെക്കൊണ്ട് സാധിക്കുമോ?'' എന്നാൽ അനന്തമായ ആനന്ദഹർഷം ഉൾക്കൊള്ളുവാൻ ഒരു വനു സാധിക്കും. അവിശ്വസനീയമാണത്, കാരണം നിങ്ങൾ വിചാരിക്കുന്നു, ''ഇതാണ് അതിന്റെ പരിധി, ഇതിൽ കൂടുതൽ സാധ്യമല്ല'' എന്ന്. പക്ഷേ അടുത്ത ദിവസം അതിൽ കൂടുതൽ സാധ്യമാണെന്ന് നിങ്ങൾ കണ്ടെത്തുന്നു, അങ്ങനെ നിങ്ങൾ കണ്ടെത്തിക്കൊ ണ്ടേയിരിക്കുന്നു. അതൊരിക്കലും ഒരു അന്ത്യത്തിൽ എത്തുന്നില്ല. ഈ യാത്രയ്ക്ക് ഒരു ആരംഭം ഉണ്ടെ ങ്കിലും അന്ത്യമില്ല.

പ്രഭാതമനനം

സത്യം കൈമാറ്റം ചെയ്യുവാൻ സാധ്യമല്ല- അത് സത്യത്തെക്കുറിച്ചുള്ള അന്തർനിഷ്ടമായ ഗുണവിശേഷമാണ്. എന്റെ സത്യത്തിന് നിങ്ങളുടെ സത്യമാകുവാനാവില്ല. ഞാനത് നിങ്ങൾക്ക് നൽകുന്ന നിമിഷം, അതേ നിമിഷത്തിൽ തന്നെ, അതസത്യമായിത്തീരുന്നു. അത് ഒരു വൃക്ഷം പിഴുതെടുക്കുന്നതുപോലെയാണ്: പിഴുതെടുക്കപ്പെടുന്ന നിമിഷം, അത് മൃതമാകുന്നു. വേരുറച്ചു നിൽക്കുമ്പോൾ മാത്രമേ അത് ജീവനോടെയിരിക്കുന്നുള്ളു. സത്യമാകുന്ന വൃക്ഷം പറിച്ചുനടാനാവില്ല. അതിനെ മറ്റൊരു മണ്ണിൽ നട്ടുവളർത്താനാവില്ല.

ഓരോ വ്യക്തിയും അയാളുടെ സ്വന്തം സത്യം കണ്ടെത്തേണ്ടതുണ്ട്. ബുദ്ധനിൽ നിന്ന് സത്യത്തിന്റെ സാധ്യതയെക്കുറിച്ച് പഠിക്കുക, ആ പ്രതീക്ഷ ബുദ്ധനിൽ നിന്ന് പഠിക്കുക, ''അതേ, അത് സാധ്യമാണ്. ഒരു വ്യക്തിക്ക് അത് സാധ്യമായെങ്കിൽ, എന്തുകൊണ്ട് എനിക്കും സാധ്യമായിക്കൂടാ?'' എന്ന ആത്മവിശ്വാസം ബുദ്ധനിൽ നിന്ന് പഠിക്കുക. പക്ഷേ ഒരിക്കലും അത് കടം വാങ്ങാൻ ശ്രമിക്കരുത്. കാരണം നിങ്ങൾ എന്തുതന്നെ കടമെടുത്താലും അതു വാക്കുകൾ മാത്രമായിരിക്കും; അതിന് നിങ്ങളുടെ ജീവിതത്തിൽ യാതൊരർത്ഥവും ഉണ്ടായിരിക്കുകയില്ല. അർത്ഥം വന്നുചേരുന്നത് അനുഭവത്തിൽ നിന്നാണ്.

പ്രദോഷമനനം

ഒരുവന് നരകം സൃഷ്ടിക്കുവാനാകും, സ്വർഗ്ഗം സൃഷ്ടിക്കുവാനാകും- അത് നമ്മുടെ സ്വന്തം തീരുമാനമാണ്, നമ്മുടെ സ്വന്തം ഉത്തരവാദിത്വമാണ്.

ജീവിതത്തിലെ എല്ലാ നല്ല കാര്യങ്ങളും, വാസ്തവത്തിൽ ജീവിതം തന്നെയും, അസ്തിത്വത്തിന്റെ ഒരു വരദാനമാണ്. അതിനാൽ പ്രശ്നം അവയെ എങ്ങനെ തേടണം എന്നുള്ളതല്ല, മറിച്ച് അവയെ എങ്ങനെ സ്വീകരിക്കണം എന്നുള്ളതാണ്. ഉദാഹരണമായി പരമാനന്ദത്തെ എടുക്കുക. അത് അങ്ങകലെ തിബറ്റിലോ ഹിമാലയത്തിലോ അല്ല. അതിലേക്ക് സഞ്ചരിക്കുന്നതിന്റെ ചോദ്യമല്ലത്, ലളിതമായ ചോദ്യം, എങ്ങനെ കൂടുതൽ സ്വീകരണാത്മകനായിത്തീരാം എന്നുള്ളതാണ്. പാരിതോഷികം വന്നുകൊണ്ടേയിരിക്കുന്നു, എങ്കിലും നമ്മുടെ കവാടങ്ങൾ അടഞ്ഞതായി കാണപ്പെടുന്നു. സൂര്യനുദിക്കുന്നുവെങ്കിലും നമ്മൾ ഇരുട്ടിൽ തന്നെ വസിക്കുകയാണ്. കാരണം, നമ്മുടെ കണ്ണുകൾ അടഞ്ഞിരിക്കുന്നു. വരദാനമവിടെയുണ്ട്- നമ്മുടെ കണ്ണുകൾ തുറക്കുന്നതിന്റെ ചോദ്യം മാത്രമാണത്, അപ്പോൾ എല്ലാം വെളിച്ചമാകുന്നു. എന്നാൽ കേവലം കണ്ണുകൾ അടച്ചുകൊണ്ടിരിക്കുന്നതു വഴി നാം അന്ധകാരത്തിൽ നിലകൊള്ളുന്നു.

ജീവിതത്തിനും അസ്തിത്വത്തിനും നേരെ അടഞ്ഞവനായി നിലകൊള്ളാതിരിക്കുക, കൂടതൽ വഴക്കമുള്ളവനായിത്തീരുക. മതത്തിന് അതു മാത്രമാണു വേണ്ടത് -തുറന്നിരിക്കൽ, വിശ്വസ്തത. ജീവിതത്തെക്കുറിച്ച് ഭയാലുവായിരിക്കേണ്ട യാതൊരാവശ്യവുമില്ല: സാധ്യമായ എല്ലാ രീതികളിലും അതിന് സുല

ഭ്യനായിത്തീരുക. അപ്പോൾ നിങ്ങൾ അതിശയപ്പെടും, ഒരു നിമിഷനേരത്തേക്കു പോലും ദുഃഖിതനായിരിക്കേണ്ട യാതൊരാവശ്യവുമില്ല, എക്കാലവും പരമാനന്ദപൂർണനായി വർത്തിക്കാൻ കഴിഞ്ഞേനെ എന്ന്.

പ്രഭാതമനനം

സത്യം ഒരിക്കലും ശുഭകരമല്ല. തുടക്കത്തിൽ അത് വളരെ അസുഖകരം തന്നെയാണ്.

ബുദ്ധൻ പറഞ്ഞതായി അറിയപ്പെടുന്നുണ്ട്, നുണകൾ തുടക്കത്തിൽ മധുരമുള്ളതും ഒടുക്കത്തിൽ കയ്ക്കുന്നതുമാണ്; സത്യമാകട്ടെ തുടക്കത്തിൽ കയ്ക്കുന്നതും ഒടുക്കം മധുരിക്കുന്നതുമാണ്. അദ്ദേഹം പറഞ്ഞതു ശരിയുമാണ്, തികച്ചും ശരി. സത്യം കയ്പ്പേറിയതാണ്; സത്യം സ്വയം കയ്ക്കുന്നതായിട്ടല്ല, മറിച്ച് നാം എത്രയോ കാലമായി നുണകളിൽ ജീവിച്ചിട്ടുള്ളതു കാരണം. സത്യം വന്നുചേരുമ്പോൾ നമ്മുടെ നുണകൾ ചിതറിപ്പോവുകയും അതു നമ്മെ മുറിപ്പെടുത്തുകയും ചെയ്യുന്നു.

സത്യം ഒരിക്കലും ഒത്തുതീർപ്പിനു തയ്യാറാകുന്നില്ല. അത് വന്നുചേരുമ്പോൾ എല്ലാ നുണകളും ചിതറിപ്പോകാതെ തരമില്ല, തുടക്കത്തിൽ അതൊരു അവ്യവസ്ഥ സൃഷ്ടിക്കുന്നു; എന്നാൽ ആ അവ്യവസ്ഥയിൽ നിന്നുമാണ് നക്ഷത്രങ്ങൾ ജാതമാകുന്നത്, ആ അവ്യവസ്ഥയിൽ നിന്നുമാണ് സൃഷ്ടിപരതയുണ്ടാകുന്നത്. അതിനാൽ ധീരന്മാരായ അൽപ്പം ചില ആത്മാവുകൾ മാത്രമേ സത്യത്തെ അറിഞ്ഞിട്ടുള്ളൂ. മറ്റുള്ളവർ അവരുടെ നുണകളിൽ ചുരുണ്ടു കൂടി തന്നെ ജീവിക്കുന്നു, അവരുടെ കളിപ്പാട്ടങ്ങളെ, കരടിപ്പാവകളെ, മുറുകെ പിടിച്ചു കൊണ്ട്, സുഖകരമായ ആശയങ്ങളിൽ അള്ളിപ്പിടിച്ചുകൊണ്ട്.

ഉദാഹരണമായി, മനുഷ്യന് മരണത്തെ ഭയമാണ്. അവന് മരണത്തെ ഭയമായതു മൂലം, അമർത്യതയെ കുറിച്ച് യാതൊന്നുമറിയാതെ, അവൻ അമർത്യതയെന്ന ആശയത്തിൽ അള്ളിപ്പിടിക്കുന്നു. ആളുകൾ എന്റെ അടുത്തു വന്ന് ചോദിക്കുന്നു, "മരണാനന്തരം എന്തു സംഭവിക്കുന്നു?"

ഞാൻ അവരോട് പറയുന്നു, "ആദ്യം മരണത്തിനു മുമ്പ് എന്താണ് സംഭവിക്കുന്നതെന്ന് അറിയുവാൻ ശ്രമിക്കുക. നിങ്ങൾ ജീവനോടെയിരിക്കുന്നു - ഇപ്പോൾ നിങ്ങൾ പരിഗണിക്കേണ്ടത് ജീവിതം എന്താണെന്നതിനെക്കുറിച്ചായിരിക്കണം."

ജീവിതം എന്താണെന്ന് നിങ്ങൾക്കറിയാമെങ്കിൽ, ഇപ്പോൾ തന്നെ ഇവിടെയുള്ളതെന്താണെന്ന് നിങ്ങൾക്കറിയാമെങ്കിൽ, അതേ അവബോധം തന്നെ മരണം വന്നുചേരുമ്പോഴും ഉപയോഗിക്കുവാൻ നിങ്ങൾക്ക് കഴിയും. അതൊരേ അവബോധം തന്നെയാണ്; ജീവിതത്തെ പ്രതിഫലിപ്പിക്കുന്ന അതേ ദർപ്പണം തന്നെ മരണത്തെയും പ്രതിഫലിപ്പിക്കും. കൂടാതെ നിങ്ങൾ അവബോധവാനാണെങ്കിൽ മരണമില്ല, ജനനമില്ല, നിത്യത മാത്രമേയുള്ളൂ. പക്ഷേ അത് ഒരനുഭവമായിത്തീരേണ്ടതുണ്ട്, അത് ഒരാശയം മാത്രമായാൽ പോരാ.

9

പ്രദോഷമനനം

ദുഃഖിതരായിരിക്കുവാൻ കാരണങ്ങൾ കണ്ടുപിടിക്കുന്നതിൽ വിദഗ്ദ്ധരായിത്തീർന്നിട്ടുള്ള ആളുകളുണ്ട്. ദുഃഖിതരല്ലെങ്കിൽ അവർക്ക് സന്തോഷിക്കാനാവില്ല. അവർക്ക് ഒരു സന്തോഷമേ അറിയൂ, അത് ദുഃഖത്തിന്റേതാണ്. അത്തരക്കാർ അവരുടെ ദുഃഖത്തെക്കുറിച്ച് സംസാരിക്കുമ്പോൾ അവരുടെ കണ്ണുകളിൽ, ആ മുഖത്ത് അവർ അതിനെക്കുറിച്ച് പറയുന്ന രീതിയിൽ - അതെല്ലാം കാണിക്കുന്നത് അവരത് ആസ്വദിക്കുന്നു എന്നാണ്. അവരതിനെക്കുറിച്ച് വീരത്വം പറയുന്നു. അവരവരുടെ ദുഃഖത്തെ പെരുപ്പിക്കുന്നുണ്ടായിരിക്കണം. അതു കഴിയുന്നത്ര വലുതാക്കി കാണിക്കാൻ വേണ്ടി ശ്രമിക്കുന്നുണ്ടായിരിക്കണം. നോക്കൂ, ഇക്കൂട്ടർക്ക് എങ്ങനെയാണ് എപ്പോഴെങ്കിലും ആനന്ദവാനാകുവാൻ കഴിയുക?

എപ്പോഴും ഓരോ നിമിഷത്തിലും രണ്ടു തെരഞ്ഞെടുപ്പുകളുണ്ടുതാനും; നിങ്ങൾക്ക് ദുഃഖിതനായിരിക്കുന്നത് തെരഞ്ഞെടുക്കാം, അല്ലെങ്കിൽ ആനന്ദവാനായിരിക്കുന്നതും തെരഞ്ഞെടുക്കാം. അതിനെ ഈ രീതിയിൽ നോക്കിക്കാണുവാൻ തുടങ്ങുക: ഓരോ സാഹചര്യത്തിലും, ആദ്യം തന്നെ എന്താണ് നിങ്ങളെ ദുഃഖിതനാക്കുക, എന്താണ് നിങ്ങളെ സന്തോഷിപ്പിക്കുക എന്നു കണ്ടെത്തുവാൻ ശ്രമിക്കുക.

പ്രഭാതമനനം

ഞാൻ ഇവിടെ ഒരു തത്വശാസ്ത്രവും പഠിപ്പിക്കുന്നില്ല, ഒരു തത്വസംഹിതയോ ആചാരാനുഷ്ഠാനമോ, ഒന്നുംതന്നെ പഠിപ്പിക്കുന്നില്ല. എന്റെ പ്രബോധനത്തിൽ ആകെപ്പാടെ അടങ്ങിയിട്ടുള്ളത് നിരീക്ഷിക്കൽ, അനുഭവിച്ചറിയൽ, തുറന്നമനസ്സോടു കൂടി നിങ്ങളുടെ മനസ്സിലേക്ക് പോകൽ ആകുന്നു, യാതൊരു വിശ്വാസവും കൂടാതെ, കാരണം ഓരോ വിശ്വാസവും സത്യത്തെ അറിയുന്നതിന് വിഘാതമായിത്തീരുകയാണ് ചെയ്യുക.

സത്യാന്വേഷണത്തിന് ഓരോ വിശ്വാസവും ദോഷമാണ് ചെയ്യുക. അതുകൊണ്ട് ഒരു ക്രിസ്ത്യാനിയാകാതിരിക്കുക, അല്ലെങ്കിൽ ഒരു ഹിന്ദുവോ മുഹമ്മദീയനോ ആകാതിരിക്കുക; ഒരു ആസ്തികനോ നാസ്തികനോ ആകാതിരിക്കുക. അതിന്റെ ഒന്നും ആവശ്യമില്ല, കാരണം നിങ്ങൾക്ക് ഒന്നും അറിഞ്ഞുകൂടാ. ''എനിക്ക് ഒന്നും അറിഞ്ഞുകൂടാ'' എന്ന് കേവലം അറിയുക. ആ മാനസികാവസ്ഥയോടു കൂടി, യാതൊന്നുമറിഞ്ഞുകൂടാത്ത നിഷ്കളങ്കനായ ഒരു കുട്ടിയെപ്പോലെ ഉള്ളിലേക്ക് പോവുക. ഒരുവന് സ്വന്തം സത്തയിലേക്ക് ഒരു കൊച്ചുകുട്ടിയെപ്പോലെ നിഷ്കളങ്കനായി കടന്നു ചെല്ലുവാൻ കഴിയുമെങ്കിൽ, ഒന്നും അറിയാത്ത അവസ്ഥയിൽ നിന്നു കൊണ്ട് പ്രവർത്തിക്കുവാനും അവനു കഴിയുമെങ്കിൽ, അപ്പോഴത് അതിവിദൂരമല്ല, വളരെ അടുത്തു തന്നെയാണ്.

നിങ്ങളുടെ സത്തയെ നിങ്ങൾ അറിയുന്ന നിമിഷം നിങ്ങൾ ആ താക്കോൽ കണ്ടെത്തിക്കഴിഞ്ഞു. പല പല വാതിലുകൾ തുറക്കുവാൻ കഴിയുന്ന ആ യജമാനത്താക്കോൽ. വാസ്തവത്തിൽ ആ ഒരു താക്കോൽ തന്നെ മതിയാകും, എല്ലാ വാതിലുകളും തുറക്കുവാൻ. ആ താക്കോലിനെ ഞാൻ സത്യം എന്നു വിളി

ക്കുന്നു, നിങ്ങളുടെ സത്യം, നിങ്ങൾ അനുഭവിച്ചറി ഞ്ഞിട്ടുള്ള സത്യം.

അതുകൊണ്ട് എല്ലാ വിശ്വാസങ്ങളെയും വർജ്ജി ക്കുക, മറ്റുള്ളവർ നിങ്ങളെ പഠിപ്പിച്ചിട്ടുള്ള എല്ലാ നുണകളെയും വർജ്ജിക്കുക. നിഷ്കളങ്കതയോടെ, ഒഴിഞ്ഞ മനസ്സോടെ, യാതൊന്നുമറിയാതെ ഉള്ളി ലേക്ക് പോവുക. അപ്പോൾ താമസിയാതെ ഒരു വമ്പിച്ച നിധി നിങ്ങൾ കണ്ടെത്തും. നിങ്ങൾക്കുള്ളിൽ തന്നെയുള്ള വമ്പിച്ച ജ്ഞാനം. അത് നേരത്തെ തന്നെ യവിടെയുണ്ട്, ഒഴിഞ്ഞ കയ്യോടെ നിങ്ങൾ വന്നെ ത്തുന്നതും കാത്തുകൊണ്ട് അതവിടെ തന്നെയുണ്ട്.

ധ്യാനമെന്നാൽ വെറും കയ്യോടെ, എല്ലാ വിശ്വാ സങ്ങളും വിട്ടൊഴിഞ്ഞു കൊണ്ട്, എല്ലാ അറിവുക ളെയും വർജ്ജിച്ചുകൊണ്ട് ഉള്ളിലേക്കു പോകൽ എന്നാണർത്ഥം.

പ്രദോഷമനനം

ഞാൻ ഒരു കൊച്ചുകുട്ടിയായിരുന്നപ്പോൾ, എന്റെ പിതാവ് മനോഹരമായൊരു വീട് നിർമ്മിച്ചു. എന്നാൽ വാസ്തുശില്പി അദ്ദേഹത്തെ ചതിച്ചു - അദ്ദേഹമൊരു ലളിതമനസ്ക്കനായ മനുഷ്യനായിരുന്നു, അതിനാൽ ആദ്യത്തെ മഴക്കു തന്നെ ആ വീട് തകർന്നു വീണു. ഞങ്ങൾ ഗൃഹപ്രവേശം നടത്തുവാൻ ഇരിക്കുകയായിരുന്നു; രണ്ടുമൂന്ന് ദിവസമേ ഉണ്ടായിരുന്നുള്ളൂ. എങ്കിൽ ഞങ്ങൾ അതിനകത്തായേനെ. വീട് തകർന്നു വീണപ്പോൾ അച്ഛൻ അകലെ ആയിരുന്നു. ഞാൻ അദ്ദേഹത്തിന് ടെലിഗ്രാം ചെയ്തു, ‘‘ഉടനെ വരിക, വീട് തകർന്നു വീണിരിക്കുന്നു.’’ അദ്ദേഹം മറുപടിയൊന്നും തന്നില്ല, അദ്ദേഹം വന്നതുമില്ല. അദ്ദേഹം വരുമെന്ന് പ്രതീക്ഷിച്ച സമയത്തു മാത്രമേ അദ്ദേഹം വന്നുള്ളൂ. വന്നപ്പോൾ അദ്ദേഹം ആദ്യം ചോദിച്ചത് ഇതായിരുന്നു: ‘‘നീ ഒരു വിഡ്ഢി തന്നെ! ആ വീട് പോയി - അത്രയും വലിയൊരു ടെലിഗ്രാം അടിച്ച് നീ എന്തിന് പത്തു രൂപാ കൂടി കളഞ്ഞു? ആ പത്തു രൂപാ കളയാതെ നിർത്താമായിരുന്നു! കൃത്യസമയത്ത് അത് തകർന്നു വീണതിന് ദൈവത്തിന് നന്ദി. നാലഞ്ചു ദിവസവും കൂടി കഴിഞ്ഞിരുന്നുവെങ്കിൽ, കുടുംബത്തെ മുഴുവനും അത് കൊന്നൊടുക്കിയേനേ!’’

അദ്ദേഹം ആ ഗ്രാമവാസികളെ മുഴുവനും ഒരു സദ്യക്ക് ക്ഷണിച്ചു. എനിക്ക് ആ ആശയം ഇഷ്ടമായി. അങ്ങാടിയിൽ മുഴുവനും ആളുകൾ പരിഹസിക്കുന്നുണ്ടായിരുന്നു, ‘‘ഇത് വെറും അസംബന്ധമാണ്, നിങ്ങളുടെ വീട് തകർന്നുവീണിരിക്കുന്നു. എല്ലാവർക്കും ആ കാര്യത്തിൽ വിഷമമുണ്ട്.’’ പട്ടണത്തിലെ ആളുകളെയെല്ലാം വിളിച്ച് - അതൊരു ചെറിയ പട്ടണമായിരുന്നു - ഞങ്ങളെ സഹായിച്ചതിന് ദൈവത്തോട് നന്ദി പറയുവാനായി അദ്ദേഹം ഒരു വലിയ

സദ്യയൊരുക്കി. വെറും നാല് ദിവസം കൂടി മതിയായിരുന്നു ഞങ്ങളുടെ കുടുംബം മുഴുവനും മരിച്ചു പോയേനെ! ഇതിനെയാണ് തെരഞ്ഞെടുപ്പ് എന്നു പറയുന്നത്, ഏത് സാഹചര്യത്തിലും അതിന്റെ ആനന്ദപൂർണ്ണമായ ഭാഗം തെരഞ്ഞെടുക്കൽ.

എന്റെ സഹോദരിമാരിൽ ഒരാൾ മരിച്ചു. അവളെയായിരുന്നു ഞാൻ എറ്റവും കൂടുതൽ സ്നേഹിച്ചത്. ആ സഹോദരിയുടെ മരണം മൂലം ഞാൻ ഏറെ വേദനിച്ചു – എനിക്ക് വേറെ പത്തു സഹോദരീസഹോദരന്മാർ കൂടി ഉണ്ടായിരുന്നിട്ടുപോലും. അപ്പോൾ എന്റെ പിതാവ് എന്നോട് പറഞ്ഞു, ''നീ ഈ കാര്യത്തിൽ അനാവശ്യമായി വിഷമിക്കുകയാണ്. നിനക്ക് പത്ത് സഹോദരീസഹോദരന്മാർ ഇപ്പോഴും ജീവിച്ചിരിപ്പുണ്ടെന്നുള്ളതിന് ദൈവത്തോട് നന്ദി പറയുക! അദ്ദേഹത്തിന് എല്ലാവരെയും തിരിച്ചെടുക്കാമായിരുന്നു. നമുക്കെന്ത് ചെയ്യുവാനാകും? ഒരാളെ തിരിച്ചെടുത്തതുപോലെ അവന് എല്ലാവരെയും തിരിച്ചെടുക്കാമായിരുന്നു. പതിനൊന്ന് പേരിൽ ഒരാളെ മാത്രമേ അവൻ തിരിച്ചെടുത്തിട്ടുള്ളൂ. അതൊന്നുമല്ല, നമുക്കത് സഹിക്കാം. ഒരു കുഞ്ഞിനെ നമുക്ക് ദൈവത്തിന് കൊടുക്കാം. അവനവളെ ആവശ്യമുണ്ടെങ്കിൽ അവൻ എടുത്തുകൊള്ളട്ടെ. എന്നാൽ നിനക്ക് പത്തു സഹോദരീസഹോദരന്മാർകൂടിയുണ്ട് – മരിച്ചുപോയ ഒരാളെ ഓർത്തു ദുഃഖിതനാകുന്നതിനു പകരം അവർ പത്തുപേരും ഇപ്പോഴും ജീവനോടെ ഇരിക്കുന്നതിൽ സന്തോഷിക്കുക.'' മതാത്മകനായ ഓരോ വ്യക്തിയുടെയും സമീപനം ഇതായിരിക്കണം.അപ്പോൾ നിങ്ങളുടെ ജീവിതം സ്വഭാവികമായിത്തന്നെ ഒരു അനുഗൃഹീതപ്രതിഭാസമായിത്തീരുന്നു.

പ്രഭാതമനനം

യേശു പറയുന്നത് അവന്റെ സ്വന്തം അനുഭവമാണ്, എന്നാൽ ക്രിസ്ത്യാനി പറയുന്നത് അവന്റെ വിശ്വാസം മാത്രമാണ്. അനുഭവവും വിശ്വാസവും തമ്മിലുള്ള അകലം അതിവിദൂരമാണ്. അത് പാലമിട്ട് ബന്ധിപ്പിക്കാനാവില്ല.

നിങ്ങൾക്ക് സത്യമറിയണമെങ്കിൽ ഒരിക്കലും വിശ്വാസിയാവരുത്. അവിശ്വാസിയാകണമെന്നല്ല ഞാൻ പറയുന്നത്, കാരണം അത് വീണ്ടും ഒരു വിശ്വാസംതന്നെയാണ്- നിഷേധാത്മകമായൊരു വിശ്വാസം, വിപരീതമായൊരു വിശ്വാസം....

ഇവിടെ എന്റെ പരിശ്രമം നിങ്ങൾക്ക് രണ്ടുതരത്തിലുള്ള വിശ്വാസങ്ങളിൽ നിന്നും - ധനാത്മകവും ഋണാത്മകവുമായ വിശ്വാസങ്ങൾ- സ്വാതന്ത്ര്യം നൽകുവാനാണ്; അങ്ങനെ നിങ്ങൾക്ക് സ്വന്തമായി പര്യവേക്ഷണം ചെയ്യുവാൻ കഴിയണം.

ഏതൊരു യേശുവിനും, ഏതൊരു ബുദ്ധനും, ഏതൊരു കൃഷ്ണനും ലഭ്യമായിട്ടുള്ളതുപോലെ സത്യം നിങ്ങൾക്കും ലഭ്യമാണ്. അതാരുടെയും സ്വകാര്യസ്വത്തല്ല. എല്ലാവരുടെയും ജന്മാവകാശമാണത്. ഒരുവനത് പര്യവേക്ഷണം ചെയ്യേണ്ടതുണ്ട്, അതിലേക്ക് കടന്നുചെല്ലേണ്ടതുണ്ട്. വിശ്വസിക്കുന്നതിനു പകരം തുറന്നമനസ്സോടു കൂടിയാണ് ഒരുവനതിലേക്ക് പോകേണ്ടത്. വിശ്വാസം നിങ്ങളെ അടഞ്ഞതാക്കുന്നു. നിങ്ങളുടേതല്ലാത്ത, മറ്റുള്ളവർ നിങ്ങൾക്ക് നൽകിയിട്ടുള്ള ഒരു നിഗമനത്തോടു കൂടിയാണ് നിങ്ങൾ ഇപ്പോൾ തന്നെ ജീവിക്കുന്നത്, അതാകട്ടെ യഥാർത്ഥത്തിൽ ആകസ്മികമായിരുന്നു.

നിങ്ങൾ ഒരു ഹിന്ദുവിനാൽ വളർത്തപ്പെട്ടിരുന്നുവെങ്കിൽ നിങ്ങളൊരു ഹിന്ദുവായിത്തീർന്നേനെ, ഒരു മുഹമ്മദീയനാൽ വളർത്തപ്പെട്ടിരുന്നുവെങ്കിൽ നിങ്ങളൊരു മുഹമ്മദീയനായിത്തീർന്നേനെ. അതിനാൽ അതു കേവലം ഒരു അനുശീലനത്തിന്റെ പ്രശ്നം മാത്രമാണ്: നിങ്ങൾ അനുശീലിപ്പിക്കപ്പെട്ടവനായതിനാൽ നിങ്ങൾ യദൃശ്ചയാ ആരുടെ മകനായി ജനിച്ചു എന്നതിനെ ആശ്രയിച്ചിരിക്കുന്നത്. അവർ നിങ്ങളുടെ മനസ്സിനെ അനുശീലിപ്പിച്ചു. അവരുടെ മനസ്സുകൾ അവരുടെ മാതാപിതാക്കന്മാരാൽ അനുശീലിപ്പിക്കപ്പെട്ടതായിരുന്നു, അങ്ങനെയങ്ങനെ അത് തുടരുന്നു.

എല്ലാ അനുശീലനങ്ങളിൽ നിന്നും പുറത്തു കടക്കുക, സ്വതന്ത്രനായിത്തീരുക, അങ്ങനെ നിങ്ങൾക്ക് പര്യവേക്ഷണം നടത്തുവാൻ കഴിയുമാറാകട്ടെ, തേടുവാനും തെരയുവാനും കഴിയുമാറാകട്ടെ. അന്വേഷണത്തിനാദ്യം അവശ്യമായിട്ടുള്ളത് കാലേക്കൂട്ടിയുള്ള എല്ലാ നിഗമനങ്ങളും വർജ്ജിക്കലാണ്. അതിനുശേഷം ഒരുദിനം നിങ്ങൾക്ക് അനുഭവിച്ചറിയുവാൻ കഴിയും.

നിങ്ങൾ നേരിട്ടനുഭവിച്ചറിയുന്ന ആ സുദിനത്തിൽ നിങ്ങൾ ഒരു ക്രിസ്തുവായിത്തീരുന്നു, നിങ്ങൾ സ്വയമേവ ഒരു ബുദ്ധനായിത്തീരുന്നു - അതിനൊരു സൗന്ദര്യമുണ്ട്. ക്രിസ്തു സുന്ദരമാണ്, എന്നാൽ ക്രിസ്ത്യാനി വിരൂപമാണ്.

പ്രദോഷമനനം

ഓരോ കുട്ടിക്കുമറിയാം എങ്ങനെ തുറന്നിരിക്കണമെന്ന്, അതുകൊണ്ടാണ് എല്ലാ കുട്ടികളും അഴകുള്ളവരായിരിക്കുന്നത്, അത്രയും ആനന്ദപൂർണ്ണരായിരിക്കുന്നത്. അവരുടെ കണ്ണുകളിലേക്ക് നോക്കുക- എത്ര നിശ്ശബ്ദമാണത്. അവരുടെ ആഹ്ലാദം നോക്കുക - എത്രമാത്രം കവിഞ്ഞൊഴുകുന്നതാണത്. ഓരോ കുട്ടിക്കും അറിയാം, എങ്ങനെ ആനന്ദപൂർണ്ണനായി വർത്തിക്കണമെന്ന്. പക്ഷേ വൈകാതെ, കുറച്ചു കഴിയുന്നതോടെ അവനത് മറക്കുന്നു. അവൻ മറക്കുന്നു അഥവാ നമ്മൾ അവനെ മറക്കുവാൻ പ്രേരിപ്പിക്കുന്നു. അത് പുനഃപഠനം നടത്തുവാൻ കഴിയും. ആ കല പുനരഭ്യസിക്കുക, തുറന്നു വരുന്ന കല പുറത്തെടുക്കുക. ഒന്നും നഷ്ടമായിട്ടില്ല, ഒന്നും പരിപൂർണ്ണമല്ലാത്തതായുമില്ല - സാധ്യമായിട്ടുള്ള ഏറ്റവും പരിപൂർണ്ണമായ ലോകമാണിത്.....

അസ്തിത്വത്തെ അതിന്റെ എല്ലാ അഭിവ്യഞ്ജനങ്ങളിലും പ്രണയിക്കുന്ന ഒരാളായി സ്വയം മാറ്റിത്തീർക്കുക. അപ്പോൾ പാറകളിൽ മതപ്രഭാഷണങ്ങൾ നിങ്ങൾ കണ്ടെത്തും. മതഗ്രന്ഥങ്ങളിൽ നോക്കേണ്ട കാര്യമില്ലെന്നു കണ്ട് നിങ്ങൾ ശരിക്കും അത്ഭുതപ്പെടും. കാരണം ഈ പ്രപഞ്ചമാകെത്തന്നെയാണ് യഥാർത്ഥമായ മതഗ്രന്ഥം. എല്ലായിടത്തും അതിനുമേൽ അസ്തിത്വത്തിന്റെ കൈയ്യൊപ്പുണ്ട്. മതങ്ങൾ എന്ന് വിളിക്കപ്പെടുന്നവയെല്ലാം തന്നെ മനുഷ്യനിർമ്മിതവുമാണ്.

പ്രഭാതമനനം

സത്യം ഒരുവന്റെ സ്വന്തമായിരിക്കണം, അത് കടം കൊണ്ടതാകരുത്, അത് നിങ്ങളിൽ തന്നെ ജനിക്കേണ്ടതുണ്ട്, നിങ്ങൾക്കത് ദത്തെടുക്കാനാവില്ല. ഒരു സ്ത്രീക്ക് ഒരു കുഞ്ഞിന് ജന്മം നൽകാൻ കഴിയുന്നില്ലെങ്കിൽ അവർ ഒരു കുഞ്ഞിനെ ദത്തെടുക്കാറുണ്ട്, അതവരെ ഒരമ്മയാക്കുമെന്നുള്ള വിശ്വാസത്തോടെ. എന്നാൽ നിങ്ങൾ ഒരു കുഞ്ഞിനെ ഒമ്പതുമാസം നിങ്ങളുടെ ഗർഭപാത്രത്തിൽ ചുമക്കുന്നില്ലെങ്കിൽ നിങ്ങൾക്കൊരമ്മയാകുവാനാവില്ല. കുഞ്ഞ് ആ ഗർഭപാത്രത്തിലായിരിക്കുന്ന ആ ഒമ്പത് മാസങ്ങൾ പ്രസക്തമാണ്, കാരണം അമ്മയും കുഞ്ഞും അത്രയും സ്വരൈക്യത്തിലാണവിടെ ജീവിക്കുന്നത് - യാതൊരു വേർതിരിവുമില്ല, അത്യഗാധമായൊരൈക്യം. കുഞ്ഞ് അമ്മയിലൂടെ ശ്വാസോച്ഛ്വാസം ചെയ്യുന്നു, അവൻ അമ്മയുടെ ഹൃദയസ്പന്ദനം കേട്ടുകൊണ്ടേയിരിക്കുന്നു.

മനഃശാസ്ത്രജ്ഞന്മാർ പറയുന്നത്, കുഞ്ഞ് അമ്മയുടെ ഹൃദയസ്പന്ദനം കേൾക്കുന്നതു കൊണ്ടാണ് സംഗീതത്തിന് നമ്മളിൽ ഇത്രയധികം മാന്ത്രികശക്തിയുള്ളതെന്നാണ്. അതില്ലാതെ... കുട്ടി ഒരു ഫ്രീസറിലാണ് വളർത്തപ്പെടുന്നതെങ്കിൽ - ഇന്നല്ലെങ്കിൽ നാളെ അവരത് ചെയ്യാൻ പോവുകയാണ് - ആ കുഞ്ഞിന് ഒരു സംഗീതതാൽപ്പര്യവും ഉണ്ടാവുകയില്ല. അവന് ഒരു താളബോധവും ഉണ്ടാവുകയില്ല. അവൻ തണുപ്പനായിരിക്കും, അങ്ങേയറ്റം തണുപ്പൻ. അവന് യാതൊരു ഊഷ്മളതയും ഉണ്ടാകില്ല. അവൻ അമ്മയുടെ ഗർഭപാത്രത്തെ അറിഞ്ഞിട്ടില്ല. അവൻ ഏതാണ്ട് മനുഷ്യത്വവിഹീനനായിരിക്കും, കാരണം കുട്ടി നിരന്തരം അമ്മയുടെ മാനസികാവസ്ഥയ്ക്കനുസരിച്ച് മാറിക്കൊണ്ടേയിരിക്കുന്നു. അതൊരു ഏകപഥസ

ഞ്ചാരമൊട്ടല്ലതാനും. കുട്ടിയുടെ മാനസികാവസ്ഥയ്ക്കനുസരിച്ച് അമ്മയും മാറുന്നു; അതൊരു നിരന്തരമായ ക്രയവിക്രയമാണ്. ആ ഒമ്പതു മാസങ്ങൾ, ആ വേദന, ആ ഭാരം, ആ പരിത്യാഗം, അതൊരു അത്യാവശ്യമാണ്. അതില്ലെങ്കിൽ അമ്മയ്ക്ക് ചിലത് നഷ്ടമാകും.

സത്യത്തെ സംബന്ധിച്ചും ഇതേ കാര്യം ശരിയാണ്: നിങ്ങൾ അതിന്റെ അമ്മയാകേണ്ടതുണ്ട്, നിങ്ങൾക്കതിനെ ദത്തെടുക്കാനാവില്ല.

ധ്യാനമെന്നാൽ കേവലം ദത്തെടുക്കപ്പെട്ടതെല്ലാം വർജ്ജിക്കൽ എന്നർത്ഥമാണ്. അങ്ങനെ നിങ്ങൾക്കുള്ളിലുള്ളതെന്താണോ അതറിയുവാൻ, നിങ്ങൾക്ക് സ്വതന്ത്രനായിത്തീരുവാൻ കഴിയുമാറാകുന്നു.

12

പ്രദോഷമനനം

ഉല്ലാസപൂർണ്ണനായിരിക്കുക - മതാത്മകനായിരിക്കൽ എന്നതിന് എനിക്കുള്ള നിർവ്വചനമാണത്. വിഷാദിയായിരിക്കുകയെന്നാൽ പാപിയായി വർത്തിക്കലാകുന്നു, ഉല്ലാസവാനായി വർത്തിക്കുകയെന്നാൽ പുണ്യവാനായിരിക്കുകയും. ഹൃദയംഗമമായി പൊട്ടിച്ചിരിക്കുവാൻ നിങ്ങൾക്ക് കഴിയുമെങ്കിൽ നിങ്ങളുടെ ജീവിതം വിശുദ്ധമായിത്തീരുവാൻ തുടങ്ങുന്നു. ഹൃദയം തുറന്നുള്ള പൊട്ടിച്ചിരി അത്യുന്നതമായ ഒന്നാണ്. ഹൃദയപൂർണ്ണമായ പൊട്ടിച്ചിരിയേക്കാൾ കൂടുതലായി നിങ്ങളെ വിശുദ്ധനാക്കുവാൻ മറ്റൊന്നിനും സാധ്യമല്ല. ചിരിക്കുമ്പോൾ നിങ്ങളുടെ ശരീരത്തിലെ സർവ്വ കോശങ്ങളും നിങ്ങളോടൊപ്പം ചിരിക്കട്ടെ. അടിമുതൽ മുടിവരെ ആ ചിരി വ്യാപിക്കട്ടെ. അത് നിങ്ങളുടെ സത്തയുടെ അകക്കാമ്പിലെ ആഴമേറിയ അകത്തളത്തിലോളം ചെന്നെത്തുമാറാകട്ടെ. അപ്പോൾ നിങ്ങൾ അതിശയപ്പെടും: ഒരുവൻ അസ്തിത്വത്തോട് കൂടുതൽ അടുത്തെത്തുന്നത് പ്രാർത്ഥനയേക്കാളേറെ പൊട്ടിച്ചിരിയിലൂടെയാണെന്നുകണ്ട്.

പ്രഭാതമനനം

എവിടെ ഉപദേശം തേടിപ്പോകണമെന്നറിയാതെ, ആളുകൾ വഴിതെറ്റുന്നു. പഴയകാലത്ത് അവർ പുരോഹിതന്മാരെ സമീപിക്കാറുണ്ടായിരുന്നു, ഇപ്പോഴവർ മനോവിശ്ലേഷകരുടെ അടുത്തേക്ക് പോകുവാൻ തുടങ്ങിയിരിക്കുന്നു. ഈ മനോവിശ്ലേഷകരാണ് ഇപ്പോഴത്തെ പുരോഹിതന്മാർ. എന്നാൽ പുരോഹിതന്മാർക്കോ, മനോവിശ്ലേഷകർക്കോ ഒന്നുമറിയില്ല. പുരോഹിതൻ തന്നെ ആശയക്കുഴപ്പത്തിലായിരുന്നു, അതുപോലെ തന്നെയാണ് മനോവിശ്ലേഷകരുടെയും സ്ഥിതി.

ഇവിടെ എന്റെ പരിശ്രമം നിങ്ങളുടെ സ്വന്തം ശബ്ദം കണ്ടെത്തുവാനും അതുവഴി മറ്റൊരു ഉപദേശത്തിന്റെയും ആവശ്യം നിങ്ങൾക്കുണ്ടാകാതിരിക്കുവാനും നിങ്ങളെ സഹായിക്കലാണ്. ഞാൻ നിങ്ങൾക്ക് ഒരു ഉപദേശവും നൽകുന്നില്ല. നിങ്ങളുടെ പ്രത്യേകമായ പ്രശ്നങ്ങൾ പരിഹരിക്കുവാൻ ഞാൻ ശ്രമിക്കുന്നില്ല. എന്റെ പരിശ്രമം തികച്ചും അടിസ്ഥാനപരമാണ്: നിങ്ങളുടെ ഉള്ളിലെ ശബ്ദകോലാഹലങ്ങളെ ഓഫ് ചെയ്യുവാനും അങ്ങനെ നിങ്ങളുടെ സ്വന്തം സ്വരം കേൾക്കുവാനും നിങ്ങളെ സഹായിക്കുക മാത്രമാണ് ഞാൻ ചെയ്യുന്നത്. അപ്പോൾ നിങ്ങൾക്ക് തെറ്റിപ്പോകുവാൻ സാധ്യമല്ല. അപ്പോൾ നിങ്ങളുടെ സ്വന്തം പ്രകാശത്തിലാണ് നിങ്ങൾ ജീവിക്കുക.

പ്രദോഷമനനം

തൊണ്ണൂറ്റിയഞ്ച് വയസ്സ് പ്രായമുള്ള ഒരു വൃദ്ധനെക്കുറിച്ച് വായിച്ചുകൊണ്ടിരിക്കുകയായിരുന്നു ഇന്നു ഞാൻ. അദ്ദേഹത്തിന്റെ ദീർഘായുസ്സിന്റെയും ആരോഗ്യത്തിന്റെയും രഹസ്യമെന്തെന്ന് ആരോ അദ്ദേഹത്തോട് ചോദിച്ചു. അദ്ദേഹം പറഞ്ഞു, ‘‘സത്യം പറയാനെനിക്ക് ഒരല്പം അങ്കലാപ്പു തോന്നുന്നു. സത്യമെന്തന്നാൽ എനിക്ക് വൃക്ഷങ്ങളിൽ നിന്നാണ് എന്റെ ആയുസ്സ് ലഭിച്ച് കൊണ്ടിരുന്നത്. ഞാൻ അവയെ ആലിംഗനം ചെയ്യുന്നു, പെട്ടെന്ന് ഊർജ്ജങ്ങളുടെ സൂക്ഷ്മമായ ഒരു ഒഴുക്ക് എന്റെ ശരീരത്തിലേക്ക് പ്രവേശിക്കുവാൻ തുടങ്ങുന്നു. അതാണ് എന്റെ ജീവിതത്തെ ആരോഗ്യപൂർണ്ണമായി നിലനിർത്തിയത്.’’ എന്റെ സ്വന്തം നിരീക്ഷണവും അദ്ദേഹം പറഞ്ഞത് ശരിവെക്കുന്നു, ശാസ്ത്രീയമായി അത് തെളിയിക്കുവാൻ അദ്ദേഹത്തിന് കഴിയുന്നില്ലെന്നു വരാം. എങ്കിലും എന്നെങ്കിലുമൊരിക്കൽ ശാസ്ത്രീയമായി കൂടി അത് തെളിയിക്കപ്പെടും: നിങ്ങൾ ഒരു വൃക്ഷത്തെ പ്രേമിക്കുകയാണെങ്കിൽ, ആ വൃക്ഷം അതിനോട് പ്രതികരിക്കും; ഒരു പാറയെയാണ് പ്രേമിക്കുന്നതെങ്കിൽ ആ പാറ പോലും അതിനോട് പ്രതികരിക്കും.

സാധ്യമായത്ര രീതികളിൽ പ്രേമത്തെ പരീക്ഷിക്കുക, ഓരോ ദിവസവും നിങ്ങൾ കൂടുതൽ ധന്യനായിത്തീരും. പ്രേമിക്കുവാൻ പുതിയ രീതികളും പുതിയ സ്രോതസ്സുകളും പുതിയ വിഷയങ്ങളും നിങ്ങൾ കണ്ടെത്തും. അങ്ങനെ ആത്യന്തികമായി ഒരുനിമിഷം വന്നുചേരുകയും, അപ്പോൾ യാതൊരു വിഷയവും കൂടാതെ ഒരുവൻ വെറുതെ ഇരുന്ന് കേവലം പ്രേമിച്ചു കൊണ്ടിരിക്കുന്നു - ആരോടെങ്കിലും പ്രേമപൂർണ്ണനാവുക എന്നല്ല, കേവലം പ്രേമപൂർണ്ണനായിരിക്കൽ, കേവലം പ്രേമത്താൽ നിറഞ്ഞിരിക്കൽ, പ്രേമത്താൽ കവിഞ്ഞൊഴുകൽ. അതാണ് ബോധോ

ദയത്തിന്റെ അവസ്ഥ. ഒരുവൻ സഫലീകൃതനാകുന്നു, അങ്ങേയറ്റം സംതൃപ്തനാകുന്നു, അവൻ എത്തിച്ചേർന്നിരിക്കുന്നു. എന്തോ ഒന്നിന്റെ കുറവുണ്ടെന്നുള്ള വികാരം, നിരന്തരമായ ആ വികാരം, ആദ്യമായി ഇപ്പോൾ ഇല്ലാതായിരിക്കുന്നു.

യാതൊന്നിന്റെയും കുറവില്ല, ഒന്നും നഷ്ടമാകുന്നില്ല എന്ന തോന്നൽ ഉണ്ടാകുന്ന ആ സുദിനമാണ് ഒരുവന്റെ ജീവിതത്തിലെ ഏറ്റവും മഹത്തായ സുദിനം. നിങ്ങൾ അന്വേഷിക്കുന്നു. ഒന്നിന്റെയും കുറവ് കാണാൻ കഴിയുന്നില്ല, എല്ലാം സഫലീകരിക്കപ്പെട്ട് കഴിഞ്ഞു. ആ മനുഷ്യൻ സത്യമായ ജീവിതം നയിച്ചവനാണ്. മറ്റുള്ളവരെല്ലാം കേവലം അത് പാഴാക്കുകയാണ്, ഒരു സുവർണ്ണാവസരം പാഴാക്കുകയാണ്. ഓരോ നിമിഷത്തിന്റെയും മുന്തിരിച്ചാറ് അതിന്റെ പൂർണ്ണതയോളം നാം പിഴിഞ്ഞെടുക്കേണ്ടതുണ്ട്.

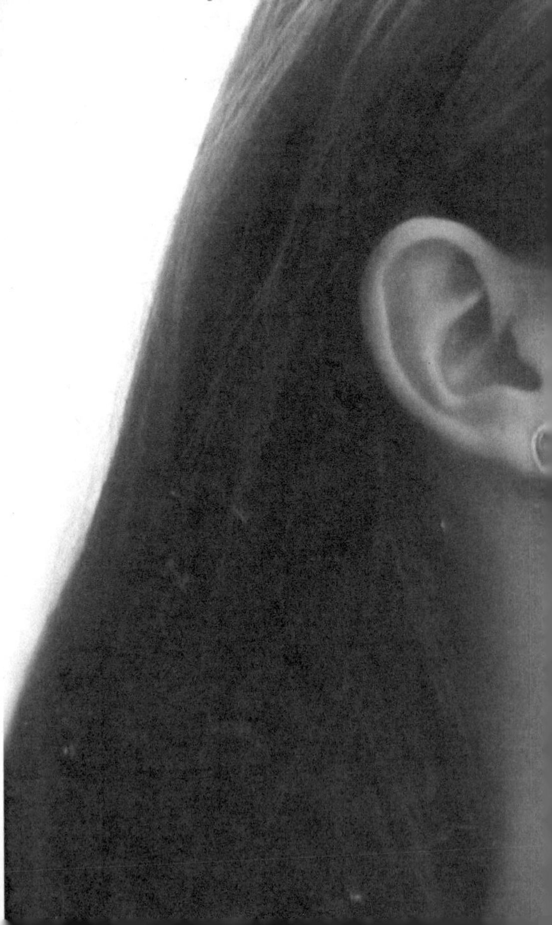

പ്രഭാതമനനം

കൂട്ടായ അവബോധം അസ്വസ്ഥമായിത്തീർന്നതിനു കാരണം മഹത്വാകാംക്ഷ നമ്മളെ അഭ്യസിപ്പിക്കുന്നതാണ്. മഹത്വാകാംക്ഷയുള്ളപ്പോൾ എങ്ങനെ വിശ്രാന്തനാകുവാൻ കഴിയും. അഭിലാഷമെന്നാൽ ഓടിക്കൊണ്ടിരിക്കുക എന്നാണർത്ഥം, അതിവേഗത്തിൽ ഓടിക്കൊണ്ടിരിക്കുക, കാരണം നിങ്ങളോടൊപ്പം വേറെയും ഓട്ടക്കാരുണ്ട്, നിങ്ങൾ തനിച്ചല്ല. കഴിയുന്ന എല്ലാ മാർഗ്ഗത്തിലൂടെയും അത് പൂർത്തിയാക്കുക. ആ മാർഗ്ഗങ്ങൾ നല്ലതോ ചീത്തയോ എന്നുള്ളതൊന്നും പ്രശ്നമല്ല, വിജയം മാത്രമാണ് കാര്യം - നമ്മോട് വീണ്ടുംവീണ്ടും പറയപ്പെടുന്നത് വിജയം പോലെ മറ്റൊന്നും വിജയിക്കുന്നില്ല എന്നാണ്.

നിങ്ങൾ വിജയിയായെങ്കിൽ അതിനുവേണ്ടി ചെയ്യപ്പെട്ടിട്ടുള്ളവയെല്ലാം നല്ലതായി കണക്കാക്കപ്പെടും. പരാജയപ്പെടുകയാണെങ്കിൽ, ചെയ്ത നല്ല കാര്യങ്ങൾപോലും ചീത്തയായി കണക്കാക്കപ്പെടും.

അങ്ങനെ നമ്മളെയെല്ലാം ഒരു രാഷ്ട്രീയസമരത്തിനായി തയ്യാറാക്കിക്കൊണ്ടിരിക്കുകയാണ് - പണത്തിനു വേണ്ടി, അധികാരത്തിനു വേണ്ടി, പ്രതാപത്തിനു വേണ്ടി, പേരിനും പെരുമയ്ക്കും വേണ്ടി. സ്വഭാവികമായും ഈ കാര്യങ്ങളെല്ലാം ഒരുതരം ജ്വരം സൃഷ്ടിക്കുന്നു, അവ നിങ്ങളെ വിശ്രമിക്കുവാൻ അനുവദിക്കുന്നില്ല; വിശ്രമം സമയദുർവ്യയമായി തോന്നുന്നു. എന്തെങ്കിലും മണ്ടത്തരങ്ങൾ ചെയ്തു കൊണ്ടിരിക്കുകയാണെങ്കിലും അത് നല്ലതാണെന്നുപോലും അവർ നിങ്ങളോട് പറഞ്ഞുകൊണ്ടിരിക്കുന്നു. എന്തെങ്കിലും ചെയ്തുകൊണ്ടിരിക്കുക. അങ്ങനെ ഒരു ചെയ്ത്തുകാരനായിരിക്കുന്നിടത്തോളം അതു നല്ലത് തന്നെ, എന്തെങ്കിലും ചെയ്തുകൊണ്ടി

രിക്കുക എന്ന ഗുണവിശേഷം നിങ്ങൾക്ക് നഷ്ടമാകുന്നില്ല. അതിനാൽ അത് നല്ലതാണെന്ന് കരുതപ്പെടുന്നു. വിശ്രാന്തി എന്തിനേക്കാളേറെ അപലപിക്കപ്പെടുന്നു. അവർ പറയുന്നു, ഒഴിഞ്ഞിരിക്കുന്ന മനസ്സ് പിശാചിന്റെ പണിപ്പുരയാണെന്ന്.

മനുഷ്യരാശിക്കുമേൽ അടിച്ചേൽപ്പിക്കപ്പെട്ടുപോരുന്ന ഈ അസംബന്ധങ്ങൾക്കെല്ലാം നേർവിപരീതമാണ് എന്റെ സകലപ്രബോധനങ്ങളും. അത് മനുഷ്യാവബോധത്തെ വിഷലിപ്തമാക്കിയിരിക്കുന്നു. ഞാൻ നിങ്ങളോട് പറയുന്നു, ഒന്നുമില്ലാതിരിക്കലാണ് എന്തെങ്കിലും ഒന്നുണ്ടായിരിക്കുക എന്നതിലും ഭേദം. ആ സംഗതി എത്രമാത്രം നല്ലതായിരുന്നാലും അതിന് ഒന്നുമില്ലായ്മയേക്കാൾ ഭേദമാകുവാൻ സാധ്യമല്ല. ഞാൻ നിങ്ങളോട് പറയുന്നു, ശൂന്യത പിശാചിന്റെ പണിപ്പുരയല്ല, അത് ദൈവത്തിന്റെ ശ്രീകോവിലാകുന്നു.

പ്രദോഷമനനം

ഒരു സുന്ദരമായ സൂര്യാസ്തമയം കാണുകയും നിങ്ങൾക്കാഹ്ലാദം തോന്നുകയും ചെയ്യുമ്പോൾ സ്വാഭാവികമായും നിങ്ങൾ വിചാരിക്കുന്നത് ആ ആഹ്ലാദം ഉയർന്നുവരുന്നത് ആ മനോഹരമായ സൂര്യാസ്തമയ ദൃശ്യത്തിലാണെന്നായിരിക്കും. അത് വാസ്തവമല്ല, ആ മനോഹരമായ സൂര്യാസ്തമയം കേവലം നിങ്ങളിൽ ഒരു ധ്യാനപ്രക്രിയയെ പ്രചോദിപ്പിക്കുക മാത്രമാണ് ചെയ്തിട്ടുള്ളത്: അതത്രയും മനോഹരമായതിനാൽ നിങ്ങളുടെ ചിന്ത നിലച്ചു പോയി. നിങ്ങൾ ഒരു ആദരവിന്റെ അവസ്ഥയിലായിരിക്കുന്നു; അതു നിങ്ങളെ ആവേശിച്ചിരിക്കുന്നു. ചിന്ത നിലയ്ക്കുന്ന നിമിഷം നിങ്ങൾ ധ്യാനത്തിന്റെ അഗാധതയിലേക്ക് വീഴുകയും ചെയ്യുന്നു. അങ്ങനെ ആന്തരികതയിലെ ആഹ്ലാദത്തിന്റെ ഉറവിടത്തെ നിങ്ങൾ സ്പർശിക്കുന്നു. എന്നാൽ യൗക്തിക മനസ്സ് അനുമാനിക്കുന്നു, ആ സുന്ദരസൂര്യാസ്തമയമാണ് ഈ യാഥാർത്ഥ്യത്തിന് കാരണമെന്ന്. അതല്ല ആഹ്ലാദത്തിന് കാരണമായത്, അത് കേവലം ആ പ്രക്രിയയെ ഉദ്ദീപിപ്പിക്കുക മാത്രമാണ് ചെയ്തിട്ടുള്ളത്. അല്ലെങ്കിൽ കാൾ ഗസ്റ്റാവ് യൂങ് ഉപയോഗിച്ചിട്ടുള്ള പദമായിരിക്കും കൂടുതൽ നല്ലത്:തന്മയീഭാവം (Synchronity). അതതിന് കാരണമായിട്ടില്ല - കാരണം മറ്റനേകം ആളുകൾ അതുകണ്ട് ഒട്ടും സ്വാധീനിക്കപ്പെടാതെ നിലകൊള്ളുന്നുണ്ടായിരിക്കാം.

തന്മയീഭാവം ഒരു കാരണമല്ല, എന്തുകൊണ്ടെന്നാൽ ലക്ഷോപലക്ഷം പേർ അതേ സൂര്യോദയത്തിന്റെ സൗന്ദര്യത്താൽ ഒട്ടും സ്വാധീനിക്കപ്പെടാതെ ഇരിക്കുന്നുമുണ്ടാകാം. അഥവാ അൽപ്പം ചിലർ അതു നോക്കിയിരിക്കവെ വിഷാദവാന്മാരാകുന്നു പോലുമുണ്ടാകാം -അതവരെ ആശ്രയിച്ചിരിക്കുന്നു, അവ

രുടെ അപ്പോഴത്തെ മാനസികാവസ്ഥയെ. ഒരാൾക്ക് ആഹ്ലാദം തോന്നണമെന്ന് നിർബന്ധമില്ല. ഒരിക്കൽ ഇത് മനസ്സിലാക്കിക്കഴിഞ്ഞാൽ ആഹ്ലാദത്തിന്റെ ഓരോ നിമിഷത്തിലും പൊടുന്നനെ ഒരു സ്വാഭാവിക ധ്യാനഭാവത്തെ എത്തിപ്പിടിക്കുവാൻ നിങ്ങൾക്ക് കഴിയും. അങ്ങനെയായിരുന്നു തുടക്കത്തിൽ ധ്യാനം കണ്ടുപിടിക്കപ്പെട്ടത്. അതെപ്പോഴും അതേ അവസ്ഥ തന്നെയാണുതാനും: യാതൊരു ചിന്തയുമില്ല, മനസ്സ് നിലയ്ക്കുകയും പൊടുന്നനെ ആഹ്ലാദമുണ്ടാവുകയും ചെയ്യുന്നു.

പ്രഭാതമനനം

അപകൃഷ്ടനായ വ്യക്തി എപ്പോഴും അയാൾക്കു ചുറ്റും ഒരു ഉത്കൃഷ്ടതയുടെ മുഖപടം സൃഷ്ടിക്കുന്നു- അഹംബോധസഞ്ചാരമെന്നാൽ അതാണ്. ഒരു അഹംബോധിയെ കാണുമ്പോൾ തീർത്തും ഉറപ്പിച്ചുകൊള്ളുക, അയാളിൽ ആഴത്തിൽ ഒരു അപകർഷതാബോധമുണ്ട്. അയാൾ ആഴമേറിയ ഒരു പീഡനം അനുഭവിക്കുന്നുണ്ട്, താൻ ഒന്നുമല്ല എന്ന ഒരു തോന്നൽ. അതയാൾക്കേറ്റുപറയുവാൻ കഴിയുന്നില്ല. അയാൾക്കത് മറച്ചുവെയ്ക്കേണ്ടിവരുന്നു, മറ്റുള്ളവരിൽ നിന്ന് മാത്രമല്ല തന്നിൽ നിന്നു കൂടി. ആ അപകർഷതാബോധത്തെ അബോധത്തിൽ അത്ര കണ്ട് ആഴത്തിൽ അയാൾക്കടിച്ചമർത്തേണ്ടി വരുന്നു. അതിനാൽ അയാൾ അതിനെക്കുറിച്ച് ബോധവാനല്ലാതായിത്തീരുന്നു.

യഥാർത്ഥത്തിൽ പരമാനന്ദപൂർണ്ണനായ ഒരു വ്യക്തിക്ക് മറച്ചുവെക്കാനായി ഒന്നുമില്ല. അയാൾ ആവിഷ്ക്കരണാത്മകനാകുന്നു, സൃഷ്ടിപരനാകുന്നു. ഒന്നും മറച്ചു വെക്കാൻ ഇല്ലാത്തതിനാൽ അയാൾക്ക് ഒരു ദ്വന്ദ്വാത്മകവ്യക്തിത്വമില്ല; ഇരട്ടവ്യക്തിത്വങ്ങൾ സങ്കീർണ്ണമാണ്.

ഈ രണ്ട് വ്യക്തിത്വങ്ങളിൽ അവസാനിപ്പിക്കുവാനും നിങ്ങൾക്കാവില്ല. ആ ദിശയിലേക്ക് ഒരിക്കൽ നീങ്ങിക്കഴിഞ്ഞാൽ താമസിയാതെ നിങ്ങൾക്ക് ഒരു മൂന്നാമതൊരു വ്യക്തിത്വം കൂടി ആവശ്യമായിവരും, പിന്നീടൊരു നാലാമത്തേത്, അതിനുശേഷം ഒരു അഞ്ചാമത്തേത്, അങ്ങനെയങ്ങനെ. അതനന്തമായി നീണ്ടുപോകുന്ന ഒരു പ്രക്രിയയാണ്. ഒരു നുണക്ക് അതിനെ സംരക്ഷിക്കുവാൻ മറ്റൊരു നുണ ആവശ്യ

മായി വരും. അങ്ങനെ അത് നീണ്ടുനീണ്ടു പോകുന്നു. ഒരു നുണ നിങ്ങൾ പറഞ്ഞു നോക്കുക, അതിനെ സംരക്ഷിക്കുവാനായി ഒരായിരം നുണകൾ പറയേണ്ടി വരും. അങ്ങനെ അവ ഓരോന്നിനും മറ്റു നുണകൾ വേറെയും വേണ്ടിവരും. എന്തിനു വേണ്ടിയായിരുന്നു തുടക്കത്തിൽ നുണ പറയുവാൻ തുടങ്ങിയതെന്ന്, ആദ്യത്തെ നുണ എന്തായിരുന്നെന്ന് നിങ്ങൾ തികച്ചും മറന്നു പോകും.

എന്നാൽ ആനന്ദപൂർണ്ണനായ ഒരു മനുഷ്യന് നുണ പറയേണ്ട ഒരു കാര്യവുമില്ല; അയാൾക്ക് മറച്ചുവെക്കുവാൻ ഒന്നുമില്ല, മൂടിവെക്കുവാൻ ഒന്നുമില്ല. അയാൾക്ക് മറ്റൊരു വ്യക്തിത്വത്തിന്റെ ആവശ്യമില്ല - അയാൾ അത്രയും ലളിതമനസ്കനാണ്. അയാളൊരിക്കലും അസഹിഷ്ണുവല്ല; അയാൾക്കതിന് കഴിയില്ല, അതിന്റെ ആവശ്യമില്ല. അയാൾ എന്തിന് അസഹിഷ്ണുവാകണം? അത്രമാത്രം ആനന്ദവാനായിരിക്കുന്നതിനാൽ അയാൾ കൃതജ്ഞനാണ്, നന്ദിയുള്ളവാണ്. ആരോടും ഒരു വിരോധവും ഇല്ലാത്തവൻ. ലോകത്തോട് അയാൾക്കൊരു ദേഷ്യവുമില്ല, അയാൾക്ക് നന്ദി മാത്രമേയുള്ളൂ - എല്ലാറ്റിനോടും നന്ദി.

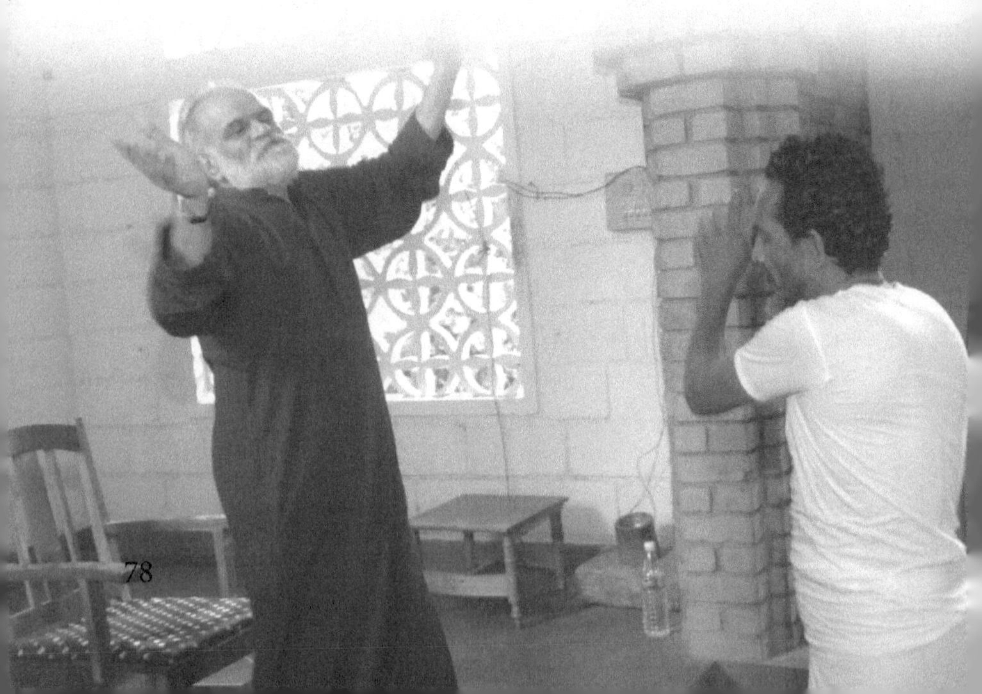

പ്രദോഷമനനം

നാളെ നാളെയായിരിക്കണം, ഒരിക്കലും ഇന്നാകരുത്. അത് രണ്ടും തത്തുല്ല്യമായിരിക്കണമെന്ന് ഒരിക്കലും പ്രതീക്ഷിക്കുവൻ പാടില്ല. ആ പ്രതീക്ഷ തന്നെ അപകടകരമാണ്. കാരണം ഒന്നാമതായി അതൊരിക്കലും അങ്ങനെയാവാൻ പോകുന്നില്ല; അതിനാൽ നിങ്ങൾക്ക് ഇച്ഛാഭംഗമുണ്ടാകും. കൂടാതെ സന്ദർഭവശാൽ, ആകസ്മികമായിത്തന്നെ, എങ്ങാനും അങ്ങനെ സംഭവിച്ചാൽ തന്നെ, നാളെ ഇന്നിന് തത്തുല്ല്യമായാൽ തന്നെ, അപ്പോൾ നിങ്ങൾക്ക് മടുപ്പനുഭവപ്പെടും. പക്ഷേ ഇച്ഛാഭംഗമോ മടുപ്പോ ആനന്ദമാകുന്നില്ല. ഭാവി തുറന്നു തന്നെ ഇരിക്കട്ടെ, അതിന്മേൽ ഒരു പ്രതീക്ഷയും ഇട്ടുമൂടരുത്. അതിനെ അജ്ഞാതമായിത്തന്നെ വിടുക, പ്രവചനാതീതമായി. കാര്യങ്ങളെ സ്ഥിരമാക്കുവാൻ ഒരുതരത്തിലും ശ്രമിക്കാതിരിക്കുക. ജീവിതത്തിന്റെ പ്രകൃതം മാറ്റമാകുന്നു, പ്രകൃതിയോടൊപ്പം നാം ഒഴുകേണ്ടതുണ്ട്, താവോവിനൊപ്പം, അസ്തിത്വത്തിന്റെ പരമമായ നിയമത്തോടൊപ്പം. നിങ്ങളുടെ ഭാഗത്തുനിന്ന് യാതൊരു പ്രതീക്ഷയും കൂടാതെ അതിനനുസൃതമായി നീങ്ങുക, അപ്പോൾ നിങ്ങൾ അങ്ങേയറ്റം ധന്യത അനുഭവിക്കും. ഓരോ നിമിഷവും പുതിയ ആനന്ദം, പുതിയ ജീവിതം, പുതിയ വെളിച്ചം നിങ്ങൾക്കായി ക്കൊണ്ടുവരും, ഒരു പുതിയ ദൈവികത. ആരുടെ പ്രേമം സദാ പ്രവഹിച്ചുകൊണ്ടിരിക്കുന്നുവോ, ഒന്നിനാലും, ഒരിക്കലും ബന്ധിതനാകാത്ത ആ വ്യക്തി അതിവിശാലനായിത്തീരുന്നു, ആകാശത്തോളം തന്നെ വിശാലം. ആ വിശാലതയിൽ അസ്തിത്വം എന്താണെന്ന് ഒരുവനറിയുന്നു. ആ വിശാലതയാകുന്നു അസ്തിത്വം.

പ്രഭാതമനനം

ചിന്തകൾ അലമാലകൾപോലെയാണ്, തരംഗങ്ങൾപോലെ. അവ നിങ്ങളുടെ മനസ്സിനെ നിരന്തരം ചഞ്ചലമായി നിലനിർത്തുന്നു. മനസ്സ് ചഞ്ചലമായിരിക്കുമ്പോൾ അതിന് ചന്ദ്രനെ പ്രതിഫലിപ്പിക്കാനാവില്ല. നിറയെ ഓളങ്ങളുള്ള ഒരു തടാകംപോലെയാണത്: ചന്ദ്രൻ ആകാശത്തിൽ ഉണ്ട്, എന്നാൽ അതിനെ പ്രതിഫലിപ്പിക്കുവാൻ ആ തടാകം അശക്തമാണ്. ഒരിക്കൽ തരംഗങ്ങൾ തികച്ചും നിശ്ശബ്ദമായിക്കഴിഞ്ഞാൽ, അതൊരു ദർപ്പണമായിത്തീർന്നതുപോലെ ആകുമ്പോൾ, ചന്ദ്രൻ അതിന്റെ എല്ലാ മഹിമയോടും കൂടി പ്രതിഫലിപ്പിക്കപ്പെടുന്നു. വാസ്തവത്തിൽ തടാകത്തിൽ പ്രതിഫലിപ്പിക്കപ്പെടുന്ന ചന്ദ്രൻ യഥാർത്ഥ ചന്ദ്രനേക്കാൾ വളരെയേറെ മനോഹരമാണ്. കാരണം ആ തടാകം അതിന്റെ സൗന്ദര്യത്തോട്, അതിന്റെ അഴകിനോട് ചിലത് കൂട്ടിച്ചേർക്കുന്നു.

സത്യത്തെ സംബന്ധിച്ചും ഇതു ശരിയാണ്. നിങ്ങൾ തികച്ചും നിശ്ശബ്ദനാവുകയും സത്യം നിങ്ങളിൽ പ്രതിഫലിപ്പിക്കപ്പെടുകയും ചെയ്യുമ്പോൾ അത് ചിലത് നേടുന്നു. ഒരു ബുദ്ധന്റെ അവബോധത്തിൽ പ്രതിഫലിപ്പിക്കപ്പെടുമ്പോൾ സത്യം കൂടുതൽ ധന്യമായിത്തീരുന്നു. ബുദ്ധന്മാർ സത്യത്തോട് കൃതജ്ഞരാണെന്നു മാത്രമല്ല, സത്യം ബുദ്ധന്മാരോടും കൃതജ്ഞരാണ്.

പൂർവ്വദേശത്ത് പരക്കെ അറിയപ്പെടുന്ന ഒരു വസ്തുതയാണ്, ഒരൊറ്റ വ്യക്തി ബോധപ്രാപ്തനായിത്തീരുമ്പോഴൊക്കെയും, പ്രപഞ്ചമാകെ ആ അജ്ഞാതത്തിലേക്ക് ഒരു വമ്പൻ ചാട്ടമെടുക്കുന്നു.

നിങ്ങളുമായി ഒന്നായിത്തീരുക

ഓരോ ബുദ്ധനും സത്യമെന്ന രത്നത്തെ കൂടുതൽക്കൂടുതൽ മനോഹരമാക്കിക്കൊണ്ടിരിക്കുന്നു. അതിന്റെ കല മുഴുവനും നിശ്ശബ്ദതയിൽ വർത്തിക്കലാകുന്നു, സമ്പൂർണ്ണനിശ്ശബ്ദതയിൽ. അതിനാൽ നിങ്ങൾക്കുമേൽ നിങ്ങളുടെ പ്രവൃത്തി അതായിരിക്കും: നിശ്ശബ്ദമായിരിക്കവേ, യാതൊന്നും ചെയ്യാതിരിക്കവേ, വസന്തം വരികയും തൃണങ്ങൾ താനേ തളിർക്കുകയും ചെയ്യുന്നു.

ബോധോദയം പുല്ലുകൾ വളരുന്നതുപോലെ തന്നെയാണ് വന്നെത്തുന്നത് - അതു താനേ വരുന്നു! യാതൊരു പരിശ്രമത്തിന്റെയും ആവശ്യമില്ല. ആകപ്പാടെ വേണ്ടത് എല്ലാ പരിശ്രമങ്ങളുടെയും പൂർണ്ണമായ പിൻവലിക്കലാണ്, നിങ്ങളില്ല എന്നതു പോലെ - നിശ്ശബ്ദത എന്നതു കൊണ്ട് അതാണ് ഉദ്ദേശിക്കുന്നത്. നിങ്ങൾ സമ്പൂർണ്ണമായി പിൻവാങ്ങിക്കഴിയുന്ന നിമിഷം സത്യം വന്നുചേരുന്നു. അത് വന്നെത്തുന്നതാകട്ടെ, സങ്കൽപ്പിക്കാൻ സാധ്യമല്ലാത്തത്രയും ചാരുതയോടെയും മനോഹാരിതയോടെയുമാണ്, അത്രയും പരമാനന്ദത്തോടെയും ആശീർവാദത്തോടെയുമാണ്, അത്രയും ആനന്ദഹർഷത്തോടെ.

പ്രദോഷമനനം

വർത്തമാനത്തിൽ ജീവിക്കുക എന്നതാണ് ജീവിക്കുവാൻ തന്നെയുള്ള ഒരേയൊരു മാർഗ്ഗം. യാതൊരു ഭൂതകാലവും പിന്നിലേക്ക് പിടിച്ചു വലിക്കാതെയും യാതൊരു ഭാവിയും മുന്നോട്ട് പിടിച്ചു വലിക്കാതെയും ഈ വർത്തമാനത്തിൽ ജീവിക്കുമ്പോൾ, നിങ്ങളുടെ സമ്പൂർണ്ണമായ ഊർജ്ജം ഈ നിമിഷത്തിൽ കേന്ദ്രീകരിക്കപ്പെടുമ്പോൾ, ജീവിതം അപാരമായൊരു തീവ്രത കൈവരിക്കുന്നു. അതൊരു വികാരതീവ്രമായ പ്രണയബന്ധമായിത്തീരുന്നു. നിങ്ങൾ നിങ്ങളുടെ സ്വന്തം ഊർജ്ജത്താൽ ജ്വലിക്കപ്പെട്ടവനായിത്തീരുന്നു, നിങ്ങൾ പ്രകാശപൂരിതമായിത്തീരുന്നു. എന്തെന്നാൽ ഒരു നിശ്ചിത തീവ്രതയിൽ അഗ്നി ജീവിതമായിത്തീരുന്നു, തീവ്രത പ്രകാശമായിത്തീരുന്നു.

സമ്പന്നമായിത്തീരുന്നതിനുള്ള, ഐശ്വര്യപൂർണ്ണമായിത്തീരുവാനുള്ള ഒരേയൊരു മാർഗ്ഗമാണിത്. മറ്റുള്ളവരെല്ലാം ദരിദ്രരാണ്. അവർക്ക് ലോകത്തുള്ള പണമെല്ലാം ഉണ്ടായിരിക്കാം. എന്നാലും അവർ ദരിദ്രരാണ്.

രണ്ടുതരത്തിൽപ്പെട്ട ദരിദ്രരുണ്ട്- ദരിദ്രരായ ദരിദ്രരും സമ്പന്നരായ ദരിദ്രരും. സമ്പന്നതക്ക് സ്വത്തുക്കളുമായി ബന്ധമൊന്നുമില്ല. അതിന് നിങ്ങൾ എങ്ങനെ ജീവിക്കുന്നു എന്നതിനോട് ഒരു ബന്ധമുണ്ട്, നിങ്ങളുടെ ജീവിതത്തിന്റെ ഗുണവിശേഷത, നിങ്ങളുടെ ജീവിതത്തിന്റെ സംഗീതം, അതിന്റെ കവിത. ഈ കാര്യങ്ങളെല്ലാം സംഭവിക്കുന്നത് ധ്യാനത്തിലൂടെ മാത്രമാണ്. മറ്റൊരു മാർഗ്ഗവും ഒരിക്കലും ഉണ്ടായിട്ടില്ല. ഇപ്പോഴുമില്ല, ഇനിയൊരിക്കലും ഉണ്ടായില്ല.

പ്രഭാതമനനം

മനുഷ്യൻ ഭൂമിയിൽ ഒരു അപരിചിതനാണ്. അവൻ ഇവിടെയുണ്ടെങ്കിലും അവൻ ഇവിടത്തേതല്ല. എല്ലാ വിധത്തിലും ഒരു ഭവനമുണ്ടാക്കുവാൻ, ബന്ധങ്ങൾ സൃഷ്ടിക്കുവാൻ അവൻ ശ്രമിച്ചുകൊണ്ടിരിക്കുന്നു, എങ്കിലും എല്ലാം പരാജയപ്പെടുകയാണ്. അവൻ ആന്തരികതയിലേക്ക് നോക്കുവാൻ തുടങ്ങുന്നില്ലെങ്കിൽ അവൻ ഭവനരഹിതനായിത്തന്നെ നിലനിൽക്കും. കാരണം അവന്റെ യഥാർത്ഥഭവനം അവിടെയാണ്. ആന്തരികത്വം ഭൂമിയെ അതിവർത്തിക്കുകയും ചെയ്യുന്നു, ആന്തരികം ഭൂമിയുടെ ഭാഗമല്ല. അത് ഇവിടെയാണ്, എന്നാൽ അത് ഇവിടെയല്ല.

നമ്മുടെ ആന്തരികലോകത്തിൽ നാം ആരാണെന്ന് ഒരിക്കൽ നാം അറിഞ്ഞുകഴിഞ്ഞാൽ പിന്നീട് അപരിചിതൻ എന്ന ഈ തോന്നൽ അപ്രത്യക്ഷമാകുന്നു. നിങ്ങൾ നിങ്ങളുടെ ഭവനം, നിങ്ങളുടെ പ്രപഞ്ചം കണ്ടെത്തിയിരിക്കുന്നു; ദൈവികത നിങ്ങൾ കണ്ടെത്തിയിരിക്കുന്നു.

അത് സംഭവിക്കാത്തിടത്തോളം എല്ലാ പരിശ്രമവും പരാജയപ്പെടാതെ നിവൃത്തിയില്ല. നമ്മുടെ പ്രണയബന്ധങ്ങളെല്ലാം പരാജയപ്പെടുന്നു, ഒന്നൊഴിയാതെ; അതിനെന്തെങ്കിലും അപവാദമുണ്ടെങ്കിൽ അതു നമ്മുടെ മോഹം മാത്രമാണ്. നമ്മുടെ ശക്തി പരാജയപ്പെടുന്നു. ഈ ലോകത്തിലുള്ള എല്ലാ സമ്പത്തും കൈവശപ്പെടുത്തുവാൻ ഒരുവനായാലും, എന്നിട്ടും അവൻ ദരിദ്രനായി നിലനിൽക്കുന്നു. ഈ ലോകം മുഴുവനും സ്വന്തമാക്കിയാലും ഒടുവിൽ ആഴത്തിൽ അവനറിയുന്നു, താൻ ശൂന്യനാണ്, പൊള്ളയാണെന്ന് ജീവിതത്തിന് യാതൊരു അർത്ഥവുമില്ലെന്ന്.

ഒരിക്കൽ നിങ്ങളുടെ കേന്ദ്രത്തെ നിങ്ങൾ കണ്ടു കഴിഞ്ഞാൽ, നിങ്ങളുടെ പുറംപരിധി അതിന്റെ ഭാഗമായിത്തീരുന്നു. അപ്പോൾ ഒരാൾ ഈ ലോകത്തിൽ തന്നെ ജീവിക്കുന്നു, എന്നിട്ടും ലോകം അവനിലില്ല. ഈ ലോകത്തിൽ തന്നെ ജീവിക്കുമെങ്കിലും അയാൾ അതിനാൽ സ്പർശിക്കപ്പെടാതെ നിലകൊള്ളുന്നു.

പ്രദോഷമനനം

ധനികനായിത്തീരുവാനുള്ള ഒരേയൊരു വഴി ദൈവത്തിന്റെ അസ്തിത്വത്തിന് സുലഭ്യമായിത്തീരലാണ്. അവന്റെ സർവ്വവർണ്ണങ്ങൾക്കും, അവന്റെ മഴവില്ലുകൾക്കെല്ലാം, ആ ഗാനങ്ങൾക്കെല്ലാം, വൃക്ഷങ്ങൾക്കും പുഷ്പങ്ങൾക്കുമെല്ലാം സുലഭ്യനായിത്തീരലാണ്. കാരണം ദൈവത്തെ ദേവാലയങ്ങളിലല്ല കണ്ടെത്തേണ്ടത് - ദേവാലയങ്ങൾ മനുഷ്യരാൽ നിർമ്മിതമാണ്. ദൈവത്തെ പ്രകൃതിയിലാണ് കണ്ടെത്തേണ്ടത്.

നക്ഷത്രങ്ങളിൽ നിങ്ങൾക്കവനെ കണ്ടെത്താൻ കഴിയും, ഭൂമിയിൽ അവനെ കണ്ടെത്താനാകും. ആദ്യമായി മഴ പെയ്യുകയും മണ്ണിൽ നിന്ന് ആ നറുമണം ഉയർന്നുപൊങ്ങുകയും ചെയ്യുമ്പോൾ നിങ്ങൾക്കവിടെ ദൈവത്തെ കണ്ടെത്താം. ഒരു പശുവിന്റെ കണ്ണുകളിൽ അല്ലെങ്കിൽ ഒരു കൊച്ചുകുട്ടിയുടെ കുലുങ്ങിച്ചിരിയിൽ നിങ്ങൾക്ക് ദൈവത്തെ കണ്ടെത്താനാകും. പുരോഹിതന്മാർ കണ്ടുപിടിച്ചിട്ടുള്ള സ്ഥലങ്ങളിലൊഴികെ മറ്റെല്ലായിടത്തും നിങ്ങൾക്ക് ദൈവത്തെ കണ്ടെത്താനാകും. ഹൈന്ദവക്ഷേത്രങ്ങൾ, ക്രൈസ്തവദേവാലയങ്ങൾ, മുഹമ്മദീയ പള്ളികൾ - അവയെല്ലാം ശൂന്യമാണ്, ആളുകൾ ശൂന്യരായിരിക്കുന്നതുപോലെ തന്നെ.

ജീവിതത്തെ അതു വന്നുചേരുന്നതുപോലെ, യാതൊരു ഉപാധികളോടും കൂടാതെ തന്നെ, സ്വീകരിക്കുവാൻ ഒരുവൻ തയ്യാറാകുന്ന നിമിഷം, പൊടുന്നനെ എല്ലാ മുക്കിലും മൂലയിലും നിന്ന് ദൈവം നിങ്ങളിലേക്ക് കുതിച്ചു വരുന്നു. ജീവിതത്തിന് എന്തെങ്കിലും അർത്ഥമുണ്ടാകണമെങ്കിൽ, എന്തെങ്കിലും പ്രസക്തി ഉണ്ടാകണമെങ്കിൽ, സ്വയം ദൈവ

ത്താൽ നിറച്ചിരിക്കൽ മാത്രമാണ് അതിനുള്ള ഏക സാധ്യത. ദൈവത്തെ അറിഞ്ഞിട്ടുള്ള വ്യക്തി അമർത്ത്യതയെ അറിഞ്ഞിരിക്കുന്നു. അപ്പോൾ ശരീരം മാത്രമാണ് മരിക്കുന്നത്. അവന്റെ സത്തയുടെ സഹജമായ അകക്കാമ്പ് എന്നെന്നേക്കുമായി നില നിൽക്കുകതന്നെ ചെയ്യും.

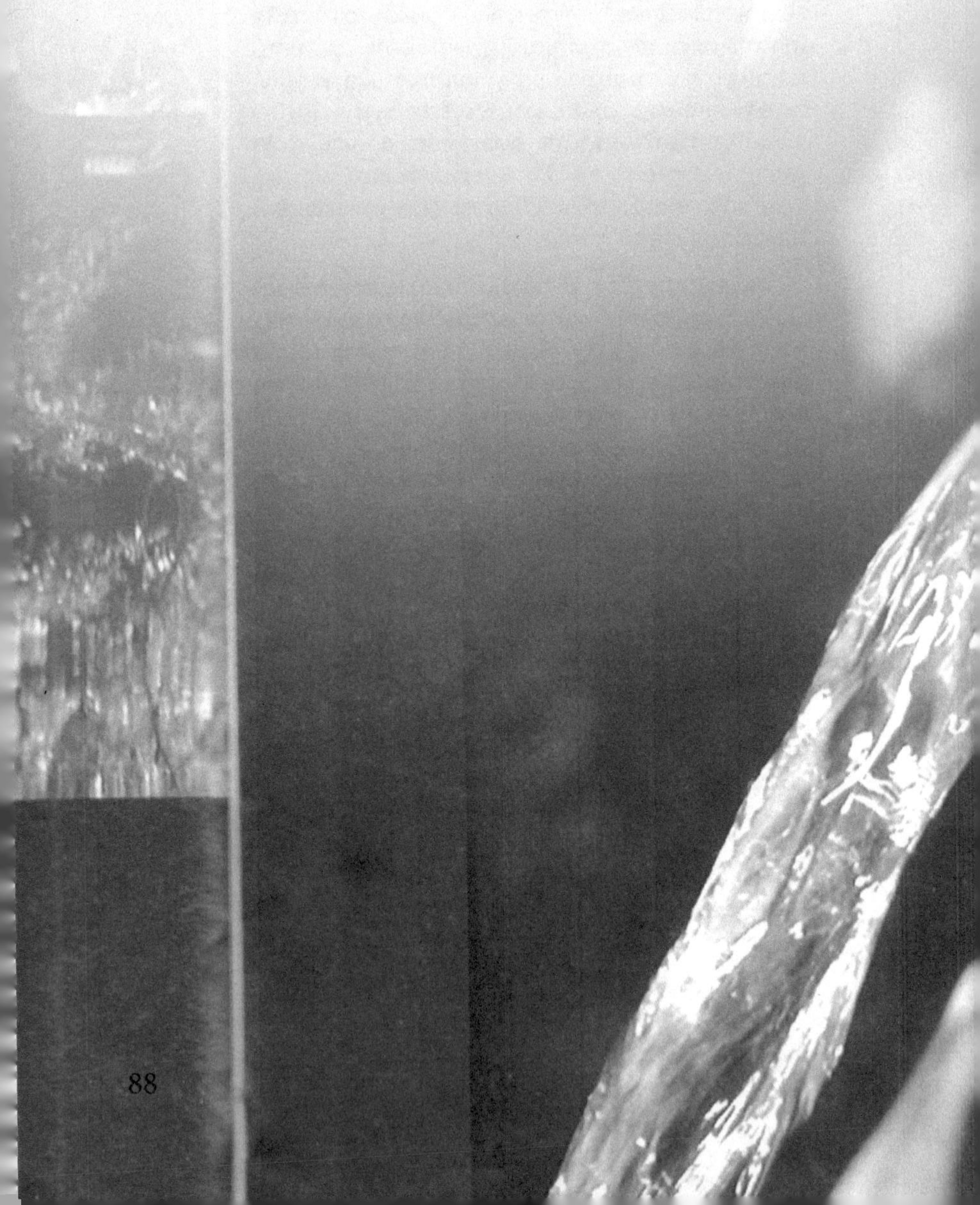

18

പ്രഭാതമനനം

നമ്മുടെ മനസ്സ് ഒരു പെൻഡുലംപോലെ ചൂടിൽ നിന്ന് തണുപ്പിലേക്ക്, തണുപ്പിൽ നിന്ന് ചൂടിലേക്ക് നീങ്ങിക്കൊണ്ടിരിക്കുന്നു; അതൊരിക്കലും മധ്യത്തിൽ നിൽക്കുന്നില്ല. അതു മധ്യത്തിൽ നിൽക്കുകയാണെങ്കിൽ തികച്ചും പുതുതായ, ശീതളമായ ചില കാര്യങ്ങൾ അതനുഭവിക്കും.

കാമം ചൂടേറിയതാണ്, അതൊരു ജ്വരമായ അവസ്ഥയാണ്, പനി പിടിച്ചത്, അതേതാണ്ട് ഒരു ചിത്തഭ്രമത്തിന്റെ അവസ്ഥയാണ്. നേരെ എതിർധ്രുവത്തിലുള്ളതാണ് വെറുപ്പ്. അത് തണുത്തതാകുന്നു, അങ്ങേയറ്റം തണുത്തത്. ഒന്ന് ജ്വരാത്മകമായി ചൂടുള്ളതും മറ്റേത് മൃതസദൃശമായി തണുത്തതും - മനസ്സ് ഇവയ്ക്കു രണ്ടിനുമിടയിൽ നീങ്ങിക്കൊണ്ടേയിരിക്കുന്നു. നിങ്ങൾക്കൊരു വ്യക്തിയെ സ്നേഹിക്കാം, അല്ലെങ്കിൽ വെറുക്കാം. അതുകൊണ്ടാണ് കൂട്ടുകാർ എളുപ്പത്തിൽ ശത്രുക്കളായി മാറുകയും ശത്രുക്കൾ കൂട്ടുകാരായി മാറുകയും ചെയ്യുന്നത്. അവ തമ്മിൽ വലിയ വ്യത്യാസമൊന്നുമില്ല.

ഇവിടെ എന്റെ മുഴുവൻ പരിശ്രമവും ഈ രണ്ട് ധ്രുവങ്ങൾക്കും മധ്യത്തിലുള്ള കൃത്യമായ ബിന്ദു നിങ്ങൾക്ക് നൽകുവാനാണ്. ബുദ്ധൻ അദ്ദേഹത്തിന്റെ പാതയെ മജ്ജിമ് നികായ എന്നു വിളിച്ചിരിക്കുന്നു. 'മജ്ജിമ് നികായ' എന്നാൽ മധ്യമപാത എന്നാണർത്ഥം. അദ്ദേഹം പതിവായി പറയാറുണ്ടായിരുന്നു, നിങ്ങൾ കൃത്യമായി മധ്യത്തിലാണെങ്കിൽ ധ്രുവാത്മകവിപരീതങ്ങളെ നിങ്ങൾ അതിവർത്തിക്കുമെന്ന്; അപ്പോൾ നിങ്ങൾ കാമത്തിലോ വിദ്വേഷത്തിലോ അല്ല. ശീതളിമയുടെ ആ അവസ്ഥ, യാതൊന്നും നിങ്ങളെ ശല്യം ചെയ്യാത്ത, പ്രേമമോ വിദ്വേഷമോ

അലോസരപ്പെടുത്താത്ത ആ അവസ്ഥയാണ് പരമാനന്ദം കണ്ടെത്തപ്പെടുന്ന അവസ്ഥ. ദൈവത്തെ കണ്ടെത്തുന്ന, സത്യത്തെ കണ്ടെത്തുന്ന അവസ്ഥ.

ഘടികാരത്തിന്റെ പെൻഡുലം മധ്യത്തിൽ നിൽക്കുന്നതുപോലെ - പെൻഡുലത്തെ നിങ്ങൾ മധ്യത്തിൽ പിടിച്ചു നിർത്തുമ്പോൾ ഘടികാരം നിലയ്ക്കുന്നു- കൃത്യമായും അതേ രീതിയിൽ തന്നെ, നിങ്ങളുടെ മനസ്സിനെ മധ്യത്തിൽ വെച്ച് നിലപ്പിക്കുകയാണെങ്കിൽ മനസ്സ് അപ്രത്യക്ഷമാകുന്നു, കാലവും അപ്രത്യക്ഷമാകുന്നു. നിങ്ങൾ പൊടുന്നനെ നിത്യതയിലേക്ക് പ്രവേശിക്കുന്നു. അതാണ് ദൈവത്തിന്റെ ലോകം, അമരന്മാരുടെ ലോകം.

18

പ്രദോഷമനനം

ആളുകൾ ദൈവത്തെക്കുറിച്ച് ചിന്തിച്ചുകൊണ്ട്, ദൈവത്തെക്കുറിച്ച് തർക്കിച്ചുകൊണ്ട് ജീവിതം മുഴുവൻ പാഴാക്കിക്കളയുന്നു. അവരൊരിക്കലും അവരുടെ ഹൃദയത്തെ ശ്രദ്ധിക്കുന്നില്ല. ഹൃദയത്തിന് ദൈവത്തെക്കുറിച്ചുള്ള യാതൊരു കാമനയുമില്ല. ഹൃദയത്തിന് ആടുകയും പാടുകയും അഭിരമിക്കുകയും ചെയ്യുകയാണ് വേണ്ടത്. അതിന് പ്രേമിക്കുകയും പ്രേമിക്കപ്പെടുകയുമാണ് വേണ്ടത്, അതിനങ്ങനെയാണ് ജീവിക്കേണ്ടത്. നിറയെ പരിമളമുള്ള ഒരു പുഷ്പംപോലെ ജീവിക്കുവാൻ അതാഗ്രഹിക്കുന്നു; തുറന്ന ആകാശത്തിലൂടെ പറന്നുപോകുന്ന ഒരു പക്ഷിയെപ്പോലെ. ജീവിതത്തിന്റെ അന്ധകാരത്തിൽ ഒരു വെളിച്ചമാകുവാൻ, വെളിച്ചം നൽകുന്ന ഒരു തീപ്പന്തമാകുവാൻ ഹൃദയം ആഗ്രഹിക്കുന്നു. അവിടെ ദൈവത്തിനുവേണ്ടിയുള്ള ഒരാഗ്രഹവുമില്ല. നിങ്ങളുടെ മാതാപിതാക്കന്മാരും, അദ്ധ്യാപകരും, പുരോഹിതന്മാരും പറഞ്ഞു കേട്ടിട്ടില്ലായിരുന്നുവെങ്കിൽ നിങ്ങളൊരിക്കലും ദൈവത്തെപ്പറ്റി ചിന്തിക്കുകയില്ലായിരുന്നു. അതിനാൽ ഞാൻ പറയുന്നു, പരമാനന്ദമാണ് ദൈവം. മറ്റൊരു ദൈവവുമില്ല. മറ്റുള്ള ദൈവങ്ങളെല്ലാം മനുഷ്യന്റെ കണ്ടുപിടുത്തങ്ങളാണ്. നമുക്കവയെ വിട്ടുകളയുന്നതായിരിക്കും നല്ലത്, അതുവഴി നമുക്ക് ശരിയായ ദിശയിൽ നോക്കുവാൻ കഴിയും.

19

പ്രഭാതമനനം

ധ്യാനാവസ്ഥയെ സെൻഗുരുക്കന്മാർ വിളിക്കുന്നത് ശരത്ക്കാലമെന്നാണ്, ഇലകൾ എല്ലാം കൊഴിയുകയും വൃക്ഷങ്ങൾ നഗ്നമായി, വസ്ത്രരഹിതരായി നിൽക്കുകയും ചെയ്യുന്ന കാലം. അവബോധം ചിന്തകളെയെല്ലാം വർജ്ജിച്ചുകഴിഞ്ഞാൽ അത് ഇലകൾ പൊഴിഞ്ഞ, പച്ചിലച്ചാർത്തുകൾ നഷ്ടമായ ഒരു വൃക്ഷത്തെപ്പോലെയാണ്, കാറ്റിന് വിധേയമായി, സൂര്യനും ചന്ദ്രനും മഴയ്ക്കും മഞ്ഞിനും വിധേയമായി - ആവരണവിഹീനമായി, ഒന്നും ഒളിച്ചുവെക്കാതെ എല്ലാം വെളിപ്പെടുത്തിക്കൊണ്ട്. ആ പ്രകാശനത്തിൽ ദൈവവുമായുള്ള സമാഗമമുണ്ട്. ആ സംയോഗമാണ് പ്രേമം. ആ സംയോഗത്തിൽ ഒരുവൻ ഈശ്വരപ്രേമിയായിത്തീരുന്നു.

പ്രദോഷമനനം

വിജയത്തിലേക്കുള്ള ഒരേയൊരു പാലം പ്രേമമാണ്. എന്നാൽ അതിവിചിത്രമായൊരു പാലമാണത്. കാരണം പ്രേമത്തിന്റെ ഒന്നാമത്തെ ആവശ്യകത സമർപ്പണമാണ്. അത് സമർപ്പണത്തിലൂടെയുള്ള വിജയമാകുന്നു. അതിന് അപാരമായൊരു സൗന്ദര്യമുണ്ട്. അത് ആക്രമണോത്സുകമല്ല, സ്വീകരണാത്മകമാണ്; ആക്രമണത്തിലൂടെയല്ല അത് വിജയിക്കുന്നത്, ആക്രമിക്കപ്പെടുന്നതിലൂടെയാണ് അത് വിജയം വരിക്കുന്നത്.

ദൈവത്തെ ആക്രമിച്ചു കീഴടക്കാൻ ശ്രമിക്കുന്നവർ മണ്ടന്മാരാണ്, അവർക്കതിന് സാധ്യമല്ല. ബുദ്ധിമാന്മാരായ ആളുകൾ ദൈവത്തിന് സമർപ്പിതരാവുകയാണ് ചെയ്തിട്ടുള്ളത്. അവർ തങ്ങളെ ആക്രമിച്ച് കീഴ്പ്പെടുത്തുവാൻ ദൈവത്തെ ക്ഷണിക്കുകയാണ് ചെയ്തിട്ടുള്ളത്. ദൈവത്തെ നിങ്ങൾക്ക് സ്വന്തമാക്കുവാനാവില്ല. എന്നാൽ നിങ്ങളെ സ്വന്തമാക്കുവാൻ നിങ്ങൾക്കവനെ അനുവദിക്കുവാൻ കഴിയും. പ്രേമമെന്നാൽ അതാണ്, അതൊരുവനെ സ്വന്തമാക്കപ്പെടുവാൻ സ്വയം അനുവദിക്കുന്നു. അതിന് ഉടമബോധമില്ല, സ്വന്തമാക്കുവാനുള്ള മോഹമില്ല. സ്വന്തമാക്കപ്പെടുവാൻ സ്വയം അനുവദിച്ചുകൊടുക്കുക, സമ്പൂർണ്ണമായും സ്വന്തമാക്കപ്പെടുവാൻ, അങ്ങനെ തന്റെ സ്വന്തമായി തന്നിൽ ഒന്നും അവശേഷിക്കാതിരിക്കുക അതുമാത്രമാണതിന്റെ അഭിവാഞ്ഛ.

പ്രഭാതമനനം

ധ്യാനം ചിന്തയ്ക്കെതിരല്ല. അത് അതിവർത്തന ത്തിനു വേണ്ടി നിലകൊള്ളുന്നു, ചിന്തയ്ക്കപ്പുറം പോകലാണ്. നിങ്ങൾ യഥാർത്ഥമായിരിക്കുന്നതു പോലെ ദൈവത്തിന് കാണുവാനായി അത്രമാത്രം തികച്ചും നഗ്നനായിത്തീരലാണത്; യാതൊരു മുഖം മൂടിയുമില്ലാതെ, യാതൊരു വസ്ത്രാലങ്കാരവുമി ല്ലാതെ, കേവലം ഒരു കൊച്ചുകുട്ടിയെപ്പോലെ. ഈ നിമിഷങ്ങളാണ് ജീവിതത്തിലെ ഏറ്റവും മഹത്തായ നിമിഷം, അതീതത്തിൽ നിന്നും പ്രേമം വർഷിച്ചു കൊണ്ടിരിക്കുന്ന നിമിഷങ്ങൾ, ഒരുവൻ ദൈവത്തിന് പ്രിയപ്പെട്ടവനായിത്തീരുന്ന നിമിഷം, എന്നാൽ ഒരുവനത് നേടിയെടുക്കേണ്ടതുണ്ട്, അവനത് അർഹ തപ്പെടേണ്ടതുണ്ട്, അവനതിന് കൊള്ളാവുന്നവനാ കേണ്ടതുണ്ട്.

ആ അർഹതപ്പെടൽ വന്നുചേരുന്നതു ധ്യാനത്തി ലൂടെയാണ്. ധ്യാനം നിങ്ങളെ പ്രേമത്തെ സ്വീകരിക്കു വാൻ സന്നദ്ധനാക്കുന്നു. ദൈവം എപ്പോഴുമത് നൽകുവാൻ തയ്യാറാണ്, എന്നാൽ അതു സ്വീകരി ക്കുവാൻ നാം സന്നദ്ധരല്ല. അത് സ്വീകരിക്കുവാൻ മാത്രം ശൂന്യരല്ല നാം. നമ്മളിൽ നിറയെ ചപ്പുചവ റുകളാണ്, നിറയെ ചിന്തകൾ, കാമനകൾ, ഓർമ്മകൾ, സ്വപ്നങ്ങൾ. അതിനാൽ നമുക്കുള്ളിൽ ഒട്ടുമിടമില്ല. ആ ഇടം സൃഷ്ടിക്കപ്പെടേണ്ടതുണ്ട്. അതാണ് ധ്യാന മെന്ന കല: ആന്തരികയിടം സൃഷ്ടിക്കൽ.

പ്രദോഷമനനം

ആത്യന്തികമായ ദൈവികാനുഭവമത്രേ പ്രേമം. അസ്തിത്വം അർത്ഥരഹിതമല്ലെന്ന്, ജീവിതത്തിന് സാംഗത്യമുണ്ടെന്ന് പ്രേമം തെളിയിക്കുന്നു. ജീവിതത്തിന്റെ സാംഗത്യത്തിന് പ്രേമമല്ലാതെ മറ്റൊരു തെളിവുമില്ല. ഒരുവൻ പ്രേമം അനുഭവിച്ചിട്ടില്ലെങ്കിൽ അവന് അർത്ഥരാഹിത്യം അനുഭവപ്പെടും. അവൻ ആകസ്മികനാണ്, കേവലം ഒരു പൊങ്ങുതടി. അജ്ഞാതത്തിന്, അബോധത്തിന്, പ്രാകൃതികശക്തികൾക്ക് വിധേയമായി, അവയുടെ കാരുണ്യത്തിന് വിധേയമായി ഒഴുകിക്കൊണ്ടിരിക്കുന്ന ഒരു പൊങ്ങുതടിയായി സ്വയം അനുഭവപ്പെടുന്നു. അങ്ങനെയാണ് ഭൗതികവാദികൾ ജീവിതത്തെ നോക്കിക്കാണുന്നത്; പദാർത്ഥങ്ങളുടെ വെറുമൊരു സംയോജനം, ദ്രവ്യത്തിന്റെ വെറുമൊരു ഉപോല്പന്നം, ഒരു ഉപപ്രതിഭാസം. പക്ഷേ അപ്പോഴവിടെ യാതൊരു സാംഗത്യവുമില്ല. സാംഗത്യം കൂടാതെ ഒരുവന് ജീവിതം വലിച്ചുനീട്ടുവാനേ കഴിയൂ, അവന് നൃത്തം ചെയ്യുവാനാവില്ല. സാംഗത്യമില്ലാതെ ജീവിക്കുവാൻ ഭീരുക്കൾക്കു മാത്രമേ സാധിക്കുകയുള്ളൂ. ധീരതയുള്ളവർ ആത്മഹത്യകൾ ചെയ്യും, അവർ ഹരാ-കിരി ചെയ്യും.

വാസ്തവത്തിൽ ഒരാൾക്കും ജീവിതം അർത്ഥരഹിതമാണെന്ന് ബോധ്യപ്പെടുന്നില്ല. കാരണം ജീവിതം അർത്ഥരഹിതമല്ല; അതിന് അന്തർനിഷ്ഠമായ മൂല്യമുണ്ട്. എന്നാലത് കണ്ടെത്തപ്പെടേണ്ടതുണ്ട്. അബോധപൂർവ്വമായി ആത്മചോദനയാൽ, ജന്മവാസനയാൽ നാം അതിനെക്കുറിച്ച് ബോധവാന്മാരാണ്. എന്തെങ്കിലും ഒരർത്ഥമുണ്ടായിരിക്കണം എന്നതിനെക്കുറിച്ച് നമുക്ക് അവ്യക്തമായ ഒരു ധാരണയുണ്ട് - എന്നാൽ ആ കാര്യത്തിൽ കൃത്യമായ ഒരു വ്യക്തതയില്ല. അത് വെളിച്ചത്തിലേക്ക് വന്നെത്തിയിട്ടില്ല.

നമുക്കതിനെക്കുറിച്ച് തെളിവുകൾ ഒന്നുമില്ല. പ്രേമം നമുക്കതിന് തെളിവുകൾ നൽകുന്നു. പ്രേമം നിങ്ങൾക്ക് ധ്യാനത്തിന്റെ ഒരു ക്ഷണികദർശനം നൽകുന്നു, ധ്യാനത്തിലൂടെ ദൈവത്തിന്റെ അസ്തിത്വത്തിലേക്ക് ഒരു ജാലകം തുറക്കപ്പെടുന്നു. അതിനാൽ പ്രേമത്തെ ഭൂമിയിലെ ഏറ്റവും ദൈവികമായ പ്രതിഭാസമെന്ന് ഞാൻ വിളിക്കുന്നു.

പ്രഭാതമനനം

സെൻ ദർശനക്കാർ പറയുന്നു, ''നിശ്ശബ്ദമായിരിക്കവേ, യാതൊന്നും ചെയ്യാതിരിക്കവേ, വസന്തം വരികയും തൃണങ്ങൾ താനേ തളിർക്കുകയും ചെയ്യുന്നു.'' നിങ്ങൾ യാതൊന്നും ചെയ്യാതെ കേവലം നിശ്ശബ്ദമായിരിക്കുകയേ വേണ്ടു, എല്ലാ കാര്യങ്ങളും അതിന്റേതായ വഴിക്ക് സംഭവിച്ചുകൊണ്ടേയിരിക്കുന്നു: വസന്തം വരും, പുല്ലുകൾ വളരും. അതുപോലെ തന്നെ എല്ലാ കാര്യങ്ങളും സംഭവിച്ചുകൊണ്ടിരിക്കും! നിങ്ങളത് ചെയ്യേണ്ടതില്ല. ധ്യാനം നിങ്ങൾ ചെയ്യേണ്ടതായ ഒരു കാര്യമല്ല, അത് മനസ്സിലാക്കപ്പെടേണ്ട ഒരു കാര്യമാണ്.

ധ്യാനം എന്തെന്ന് നിങ്ങൾ മനസ്സിലാക്കുന്നുണ്ടെങ്കിൽ, അപ്പോൾ അതുമാത്രം മതിയാകും: എവിടെയായിരുന്നാലും നിശ്ശബ്ദമായിരുന്നുകൊണ്ട് നിങ്ങൾക്ക് ധ്യാനാവസ്ഥയിൽ വീഴുവാൻ കഴിയും. ധ്യാനാവസ്ഥ പ്രവൃത്തിയല്ല. മറിച്ച് നിശ്ശബ്ദതയുടെ ഒരവസ്ഥയാണ്, അകർമ്മണ്യതയുടെ ഒരേയൊരവസ്ഥ; എല്ലാം നിലക്കുന്നു, എല്ലാ ചലനവും അപ്രത്യക്ഷമാകുന്നു, നിങ്ങൾ സമ്പൂർണ്ണവിശ്രാന്തിയിലാണ്. ആ നിമിഷങ്ങളിൽ നിങ്ങൾ അമരനാണെന്ന് നിങ്ങൾ അറിയുന്നു, ശരീരം മാത്രമാണ് മരിക്കുന്നത്, നിങ്ങൾ മരിക്കുവാൻ പോകുന്നില്ല. അപ്പോൾ എല്ലാ ഭയവും അപ്രത്യക്ഷമാകുന്നു. കാരണം എല്ലാ ഭയത്തിന്റെയും അടിവേര് മരണമാണ്. ഭയരഹിതനായിരിക്കലാണ് ആഹ്ലാദപൂർണ്ണമായ ഒരു ജീവിതം നയിക്കുന്നതിനുള്ള ഏറ്റവും പ്രാഥമികമായ കാര്യം.

പ്രദോഷമനനം

കവിതയുടെ പരമോന്നത രൂപം പ്രേമമാകുന്നു - ഈ കവിത എന്നതുകൊണ്ട് സാഹിത്യപരമായ എന്തെങ്കിലും കാര്യമല്ല ഞാൻ ഉദ്ദേശിക്കുന്നത്. എന്നെ സംബന്ധിച്ച് കവിത എന്നാൽ കേവലം കാവ്യങ്ങൾ ചമക്കുന്നതിനപ്പുറം വേറെ പലതുമാണ്. യാതൊരു കാവ്യാത്മക ജീവിതവുമില്ലാത്ത, കാവ്യാത്മക ചാരുതയൊന്നുമില്ലാത്ത ഒരുവനുപോലും കാവ്യങ്ങൾ രചിക്കുവാൻ കഴിയും. അയാൾക്കും കാവ്യം രചിക്കുവാൻ കഴിയും. കാരണം ഒരു കാവ്യം രചിക്കുവാൻ ചില പ്രത്യേക സാങ്കേതികവിദ്യകൾ മാത്രമേ ആവശ്യമുള്ളു. അവൻ ഒരു സാങ്കേതികവിദഗ്ദ്ധനായിരിക്കും, കവിയായിരിക്കുകയില്ല. നൂറുകവികളിൽ തൊണ്ണൂറ്റൊമ്പതും ഇതുപോലെ സാങ്കേതികവിദഗ്ദ്ധന്മാർ മാത്രമാണ്. എല്ലാ കലകളെ സംബന്ധിച്ചും ഈ കാര്യം ശരിയുമാണ്. നൂറ് സംഗീതജ്ഞന്മാരിൽ യഥാർത്ഥസംഗീതജ്ഞനായി ഒരാൾ മാത്രമേ ഉണ്ടാവുകയുള്ളൂ, തൊണ്ണൂറ്റൊമ്പതുപേരും വെറും സാങ്കേതികവിദഗ്ദ്ധന്മാരാണ്. ശിൽപ്പകലയെ സംബന്ധിച്ചും, ചിത്രകലയെ സംബന്ധിച്ചും, വാസ്തുശില്പത്തെ സംബന്ധിച്ചും, കലയുടെ എല്ലാമാനങ്ങളെ സംബന്ധിച്ചും ഇത് ശരിയാണ്.

യഥാർത്ഥകവി കവിത രചിക്കണമെന്ന് ഒരു നിർബന്ധവുമില്ല - അങ്ങനെ ചെയ്തേക്കാം, ചെയ്തില്ലെന്നും വരാം. ഒരു യഥാർത്ഥ പെയിന്റർ പെയിന്റ് ചെയ്തേക്കാം, ചെയ്യാതിരുന്നേക്കാം, പക്ഷേ അയാളുടെ ജീവിതം വളരെ വർണ്ണാഭമായിരിക്കും, അയാളുടെ ജീവിതത്തിന് ഒരു അനുപാതഭംഗിയുണ്ടായി

രിക്കും, ഒരു സന്തുലനം. അയാൾ തന്നെയായിരിക്കും അയാളുടെ പെയിന്റിംഗ്; അയാൾ തന്നെയായിരിക്കും അയാളുടെ കവിത; അയാൾ തന്നെയായിരിക്കും അയാളുടെ ശിൽപ്പം.

പ്രേമം കവിതയാണെന്ന് പറയുമ്പോൾ അതാണ് ഞാൻ ഉദ്ദേശിക്കുന്നത്: അതു നിങ്ങൾക്ക് പുതുമാനം നൽകുന്നു; അതു നിങ്ങളെ കൂടുതൽ സൗന്ദര്യോന്മുഖനാക്കുന്നു, അതു നിങ്ങളെ മുൻപ് ബോധവാനല്ലാതിരുന്ന പല കാര്യങ്ങളെക്കുറിച്ചും ബോധവാനാക്കുന്നു. അതു നിങ്ങളെ നക്ഷത്രങ്ങളെക്കുറിച്ചും, പുഷ്പങ്ങളെക്കുറിച്ചും ബോധവാനാക്കുന്നു. വൃക്ഷങ്ങളിൽ കാണുന്ന പച്ചയെയും ചുവപ്പിനെയും മഞ്ഞയെയും കുറിച്ച് ബോധവാനാക്കുന്നു. അത് നിങ്ങളെ ആളുകളെക്കുറിച്ച് അവരുടെ കണ്ണുകളെ, അവരുടെ മുഖങ്ങളെ, അവരുടെ ജീവിതങ്ങളെക്കുറിച്ച് ബോധവാനാക്കുന്നു. ഓരോ വ്യക്തിയും അനന്തസാധ്യതകളോടുകൂടിയ അപാരമായൊരു പ്രതിഭാസമാണ്. ഓരോ വ്യക്തിയും അമൂല്യമായൊരു കഥയാണ്, ജീവിച്ചുകൊണ്ടിരിക്കുന്ന ഒരു നോവൽ. ഓരോ വ്യക്തിയും അവനവനിൽ തന്നെ ഒരു ലോകമാകുന്നു.

പ്രഭാതമനനം

നിശ്ശബ്ദമായി ഇരിക്കുവാൻ, യാതൊന്നും ചെയ്യാതെ, കേവലം നിങ്ങളിൽത്തന്നെ വിശ്രാന്തി പൂണ്ടുകൊണ്ട്, നിങ്ങളിൽ സ്വയം വിശ്രാന്തനായിക്കൊണ്ട് ഇരിക്കുക മാത്രം, അതിന് ഒരൽപ്പം സമയമെടുക്കും. കാരണം അസ്വസ്ഥനായിരിക്കുവാനാണ് നമ്മെ പഠിപ്പിച്ചു പോന്നിട്ടുള്ളത്, സ്വയം അസ്വസ്ഥരായ ആളുകൾ തന്നെയാണ് നമ്മളെ വളർത്തിയിട്ടുള്ളത്. അവർ നമ്മെ വിഷമേൽപ്പിച്ചിരിക്കുന്നു, അവർ നമ്മെ ദുഷിപ്പിച്ചിരിക്കുന്നു - അറിയാതെയാണ്, മനഃപൂർവ്വമല്ല. അവർ നല്ലവരായിരിക്കാം, അവർ നിങ്ങളെ സഹായിക്കുവാൻ ശ്രമിച്ചിട്ടുപോലുമുണ്ടായിരിക്കാം. പക്ഷേ അവർ അബോധവാന്മാരായിരുന്നു. അബോധവാന്മാരായ ആളുകൾക്ക് സഹായം ചെയ്യാനാവില്ല, അവർക്ക് ദ്രോഹം ചെയ്യുവാൻ മാത്രമേ കഴിയൂ. നല്ല ഉദ്ദേശ്യങ്ങളെല്ലാം ഉണ്ടായിരുന്നുവെങ്കിലും അവർ ദ്രോഹം ചെയ്യാതെ നിവൃത്തിയില്ല. അവർ എല്ലാവരെയും സ്വസ്ഥതയില്ലാത്തവരാക്കിയിരിക്കുന്നു. എല്ലാവരും എപ്പോഴും ഓടിക്കൊണ്ടിരിക്കുന്നു, എങ്ങോട്ടെന്നില്ലാതെ, എന്തിനെന്നറിയാതെ, എന്തുകൊണ്ടെന്നറിയാതെ പാഞ്ഞുകൊണ്ടിരിക്കുന്നു; വേഗതയ്ക്കു വേണ്ടിമാത്രം വേഗത, അത് സുപ്രധാനമായിരിക്കുന്നു, അതിനതിന്റേതായ എന്തെങ്കിലും മൂല്യമുണ്ട് എന്നപോലെ.

ഒരു ധ്യാനി അത്യാവശ്യമായ കാര്യങ്ങൾ മാത്രം ചെയ്യുവാനും അനാവശ്യ കാര്യങ്ങളിൽ ജീവിതം പാഴാക്കാതിരിക്കുവാനും പഠിക്കേണ്ടതുണ്ട്. എങ്ങനെ വിശ്രമിക്കണം, വിശ്രമത്തെ എങ്ങനെ ആസ്വദിക്കണം, എങ്ങനെ വിശ്രാന്തി അനുഭവിക്കണമെന്ന് ഒരു ധ്യാനി പഠിക്കേണ്ടതുണ്ട്. അങ്ങനെ പതുക്കെപ്പതുക്കെ ഒരുവൻ തന്റെ സ്വന്തം കേന്ദ്രത്തിൽ നിലയു

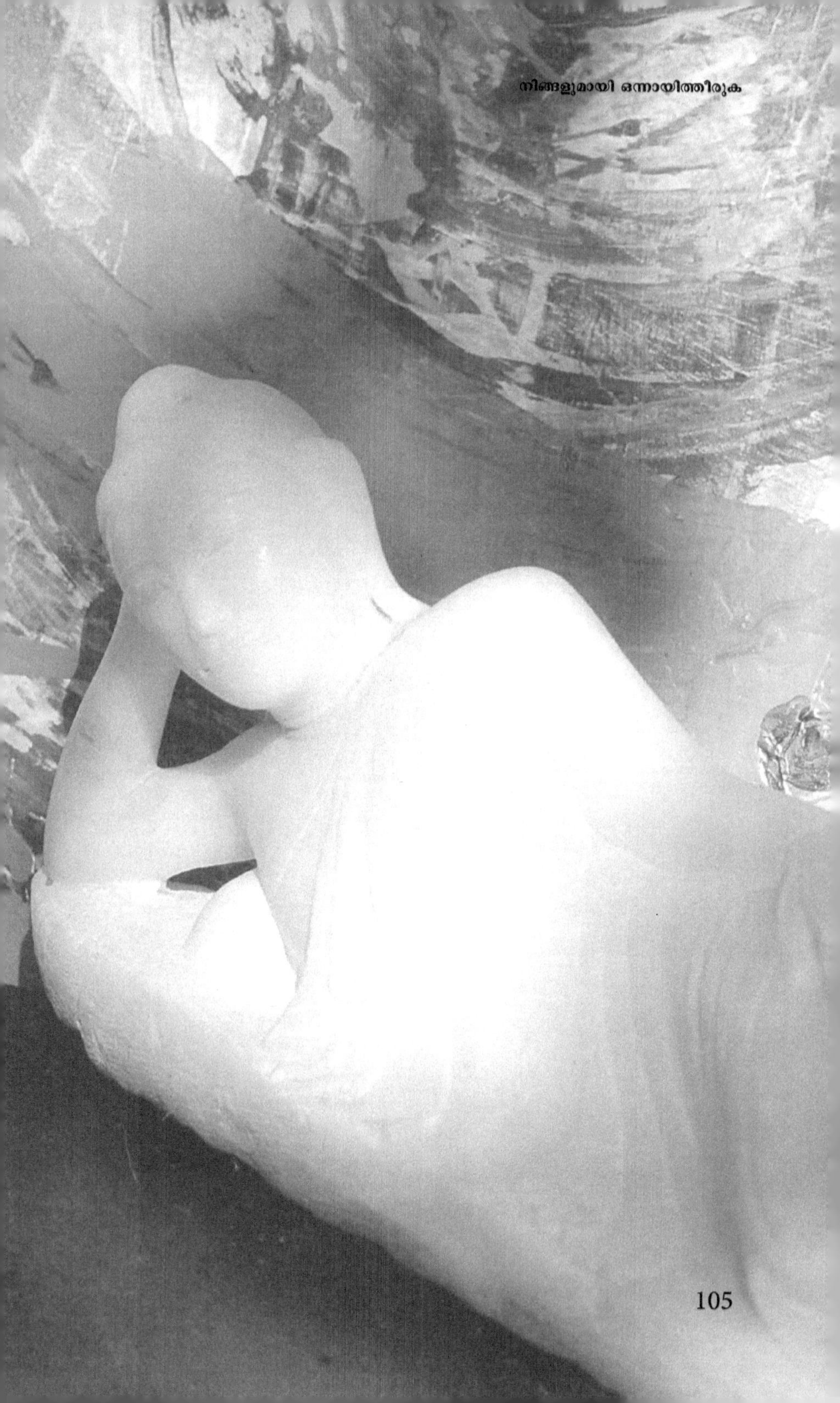

റപ്പിക്കുന്നു. നിങ്ങളുടെ സ്വന്തം കേന്ദ്രത്തെ നിങ്ങൾ സ്പർശിക്കുന്ന നിമിഷം നിങ്ങൾ നിതൃതയെ സ്പർശിച്ചുകഴിഞ്ഞു, കാലരഹിതത്തെ നിങ്ങൾ സ്പർശിച്ചുകഴിഞ്ഞു; ആദ്യമായി നിങ്ങൾ അമൃതം രുചിച്ചു കഴിഞ്ഞു.

പ്രദോഷമനനം

പലതും ഏറെ സാധ്യമാണ്, എന്നാലത് സാധ്യമാക്കിത്തീർക്കേണ്ടതുണ്ട്. അത് സാധ്യമാക്കിത്തീർക്കുവാൻ ആവശ്യമായിട്ടുള്ളതെല്ലാം സുലഭ്യമാണ്. എന്നാൽ ഒരുവൻ അതിന്മേൽ ബോധപൂർവ്വം പ്രവർത്തിക്കേണ്ടതുണ്ട്. അതിതുപോലെയാണ്: നിങ്ങൾക്ക് ധാരാളം നിലമുണ്ട്, ഇഷ്ടം പോലെ വിത്തുണ്ട്, വേണ്ടത്ര വെള്ളവും സൂര്യപ്രകാശവുമുണ്ട്, പക്ഷേ നിങ്ങൾ ഒരിക്കലും പാടത്ത് വിത്തുകൾ വിതക്കുന്നില്ല. പുഷ്പങ്ങൾ വന്നണയുകയില്ല. നിങ്ങളുടെ ഭൂമി ഒരു മരുഭൂമിയായി തന്നെ നിലകൊള്ളും. അവിടെ കളകൾ മുളയ്ക്കും, കാടുപിടിക്കും. ഓർത്തിരിക്കേണ്ട ഒരു പ്രധാനപ്പെട്ട കാര്യമാണത്. അതായത് ആവശ്യമില്ലാത്ത കാര്യങ്ങൾ എല്ലാം അവിടെ തനിയേ വളരുന്നു. എന്നാൽ പ്രസക്തമായിട്ടുള്ള കാര്യം നാം പ്രവൃത്തിയിൽ കൊണ്ടുവരേണ്ടതുണ്ട്. പ്രസക്തമായതിനെ നേടുകയെന്നത് ഒരു മേൽപ്പോട്ടുള്ള കയറ്റമാണ്. ഒന്നും ചെയ്യാതിരിക്കുകയാണെങ്കിൽ കളകൾ വളരുകയും അത് നിലം മുഴുവൻ നിറയുകയും ചെയ്യും. അപ്പോൾ പനിനീർപ്പൂക്കളെ പ്രതീക്ഷിച്ചിട്ട് കാര്യമില്ല, അതായിരുന്നു വാഗ്ദാനമെങ്കിലും. എല്ലാവരും വരുന്നത് മഹത്തായൊരു വാഗ്ദാനമായിട്ടാണ്. പക്ഷേ വളരെ കുറച്ചുപേർ മാത്രമേ വാഗ്ദാനങ്ങൾ നിറവേറ്റുന്നുള്ളൂ. അവർ വെറും കൈയ്യോടെ വരികയും വെറും കൈയ്യോടെ പോവുകയും ചെയ്യുന്നു. അതൊരു നാണക്കേടാണ്.

എന്നാൽ എന്റെ സന്യാസിമാർ സമ്പൂർണ്ണമായും സാക്ഷാൽകൃതരാകണം. അവരുടെ ജീവിതത്തിൽ ഉള്ളടങ്ങുന്ന വാഗ്ദാനത്തെ അവർ സാക്ഷാൽക്കരിക്കേണ്ടതുണ്ട്. എന്തിനുവേണ്ടിയാണോ അവർ ഉദ്ദേശിക്കപ്പെട്ടിട്ടുള്ളത് അവർ അതായിത്തീരണം. അവരുടെ നിയോഗം അവർ നിറവേറ്റണം.

പ്രഭാതമനനം

നിങ്ങൾ നിശ്ശബ്ദതയിലേക്ക് ആഴത്തിൽ നീങ്ങവേ, കാമനകൾ അപ്രത്യക്ഷമാകുന്നു. അവ നിലനിൽക്കുന്നത് പുറംപരിധിയിൽ മാത്രമാണ്. ഉപരിതലത്തിൽ നിലനില്ക്കുന്ന തിരമാലകൾ പോലെ. സമുദ്രത്തിന്റെ ആഴത്തിലേക്ക് മുങ്ങിപ്പോവുകയാണെങ്കിൽ അവിടെ ഒരു തിരമാലയുമില്ല. അതുപോലെ കാമനകൾ അവബോധത്തിന്റെ പുറംപരിധിയിൽ മാത്രമാണുള്ളത്. ആഴത്തിൽ മുങ്ങിപ്പോവുകയാണെങ്കിൽ...... എത്ര ആഴത്തിൽ പോകുന്നുവോ അത്രയും അകലത്തിലായിരിക്കും കാമനകൾ.

നിങ്ങളുടെ സത്തയുടെ തനി കേന്ദ്രത്തിൽ കാമനകൾ എന്നെങ്കിലും നിലനിന്നിരുന്നുവോ എന്ന കാര്യം നിങ്ങൾ തികച്ചും മറന്നുപോകുന്നു; അവ വെറും സ്വപ്നങ്ങളെപ്പോലെ, മതിഭ്രമങ്ങളെപ്പോലെ കാണപ്പെടുന്നു.

ആ നിമിഷമാണ് ഏറ്റവും ഉയർത്തപ്പെടുന്ന നിമിഷം, തന്നിലേക്ക് തന്നെയുള്ള പ്രവേശനം. പിന്നീട് നിങ്ങൾക്കു വേണമെങ്കിൽ ഉപരിതലത്തിലേക്ക് തിരിച്ചുവരാം. പക്ഷേ കേന്ദ്രവുമായുള്ള ബന്ധം നിങ്ങൾക്ക് നഷ്ടപ്പെടാൻ സാധ്യമല്ല. അപ്പോൾ പുറംപരിധിയിലായിരിക്കുമ്പോൾ പോലും നിങ്ങൾ കേന്ദ്രീകൃതനായി തന്നെ നിലകൊള്ളുന്നു. അപ്പോൾ ആ തിരമാലകളെല്ലാം വെറും വിനോദങ്ങളാണ്. ഒരുവനത് അഭിനയിച്ചു കളിക്കാം, മനോഹരമായി, ശാലീന സുന്ദരമായി, എന്നാൽ അതൊരിക്കലും ഒരലോസരവും ഉണ്ടാക്കുന്നില്ല, ഒരു പിരിമുറുക്കവുമില്ല, ഒരു വേവലാതിയുമില്ല. ഒരുവന് ചന്തപ്പറമ്പിൽ ഇരിക്കുമ്പോഴും അപാരമായ നിശ്ശബ്ദതയിൽ വർത്തിക്കുവാൻ കഴിയും. ആൾക്കൂട്ടത്തിനു നടുവിലും തികച്ചും ഏകാകിയായി വർത്തിക്കുവാൻ അപ്പോഴൊരുവന് സാധിക്കും.

പ്രദോഷമനനം

സമ്പൂർണതയെ കൂടാതെ നിങ്ങൾക്ക് നിലനിൽക്കുവാനാവില്ല, സമ്പൂർണതയ്ക്ക് നിങ്ങളെ കൂടാതെയും നിലനില്ക്കാനാവില്ല. നിങ്ങളുണ്ട് എന്നതു തന്നെ അസ്തിത്വത്തിന് ഏതോ രീതിയിൽ നിങ്ങളെയും ആവശ്യമുണ്ട് എന്നതിനു വേണ്ടത്ര തെളിവാണ്. നിങ്ങൾ ഒരു നിശ്ചിത ആവശ്യം നിറവേറ്റിക്കൊണ്ടിരിക്കുകയാണ്.

ഏറ്റവും ചെറിയ പുൽക്കൊടി പോലും ഏറ്റവും വലിയ നക്ഷത്രത്തോളം തന്നെ അസ്തിത്വത്തിന് ആവശ്യമുള്ളതാണ്. അസ്തിത്വത്തിന് യാതൊരു മേൽ കീഴ് വ്യവസ്ഥയുമില്ല. ആരും ആരേക്കാളും ഉയർന്നവനോ താഴ്ന്നവനോ അല്ല, ആരും കൂടുതൽ ആവശ്യമുള്ളവനോ കുറഞ്ഞ ആവശ്യമുള്ളവനോ അല്ല. എല്ലാവരും ആവശ്യമുള്ളവരാണ്, കാരണം അസ്തിത്വമെന്നാൽ എല്ലാറ്റിന്റേയും സാകല്യമെന്നാണർത്ഥം. നമ്മളെല്ലാവരും അസ്തിത്വത്തിന് എന്തെങ്കിലും ചിലത് സംഭാവന ചെയ്യുന്നുണ്ട്, അസ്തിത്വം നമുക്ക് ആവശ്യമുള്ളതെല്ലാം നൽകിക്കൊണ്ടിരിക്കുകയും ചെയ്യുന്നു.

അഹംബോധം ഉപേക്ഷിക്കപ്പെടുന്ന നിമിഷം ഒന്നും തെറ്റായിപ്പോകുവാൻ സാധ്യതയില്ല, ഒന്നും തെറ്റിപ്പോകുന്നുമില്ല: എല്ലാം അതായിരിക്കുന്ന നിലയിൽ തന്നെ തികച്ചും ശരിയാണ്. അതു തന്നെയാണ് ദൈവം എന്നതിന്റെ അർത്ഥം- അതായത് എല്ലാം ആയിരിക്കുന്നതുപോലെ നല്ലതു തന്നെയാണ്.

പ്രഭാതമനനം

പുറത്തു നിന്നു നോക്കുമ്പോൾ മനുഷ്യൻ വളരെ ചെറിയൊരു മഞ്ഞുതുള്ളിപോലെ കാണപ്പെടുന്നു. എന്നാൽ അതൊരു പുറംകാഴ്ച മാത്രമാണ്- പുറം കാഴ്ചയിൽ വഞ്ചിക്കപ്പെടാതിരിക്കുക. പുറമെ നിന്നു മാത്രമാണ് അവൻ ഒരു മഞ്ഞുതുള്ളിപോലെ കാണപ്പെടുന്നത്; നിങ്ങളുടെ സത്തയുടെ ആന്തരി കത്തിൽ നിന്നുകൊണ്ട് നോക്കുകയാണെങ്കിൽ, ആന്തരികതയിൽ നിന്നാകുമ്പോൾ, ആ ദർശനം മുഴു വനും മാറുന്നു. നിങ്ങളുടെ ആന്തരിക കേന്ദ്രത്തിൽ നിൽക്കുകയും അവിടെ നിന്നുകൊണ്ട് നിങ്ങളെ സ്വയം കാണുകയും ചെയ്യുന്ന നിമിഷം ഒരു വമ്പിച്ച വിസ്മയത്തിൽ നിങ്ങളകപ്പെടും: നിങ്ങൾ സമുദ്ര സമാനനായി കാണപ്പെടും, സങ്കല്പസാധ്യമായ അത്രയും വിശാലം. വാസ്തവത്തിൽ പുറമെ കാണുന്ന ആകാശത്തേക്കാളും വിസ്തൃതം.

നാം നമ്മളെ അറിയുന്നത് പുറമേനിന്നു മാത്രമാ യതിനാൽ നാം നമ്മുടെ ചെറുത്വത്തിൽ വിശ്വസിച്ചു കൊണ്ടേയിരിക്കുന്നു. ഈ ചെറുതെന്ന ധാരണമൂലം ഒരു അപകർഷതാബോധം ഉയർന്നുവരികയും അത് അനേകായിരം പ്രയാസങ്ങൾ സൃഷ്ടിക്കുകയും ചെയ്യുന്നു - ഒന്നോ രണ്ടോ അല്ല, ദശലക്ഷക്കണ ക്കിന്. നാം സാമുദ്രികമാണ്: ചെറുതുമല്ല വലുതുമല്ല, കേവലം അനന്തം, ആദിയോ അന്തമോ ഇല്ലാത്തത്. അതാണ് നമ്മുടെ ദൈവികത.

പ്രദോഷമനനം

പ്രേമത്തെക്കുറിച്ചാണ് മറ്റെന്തിനെക്കാളുമേറെ എഴുതപ്പെട്ടിട്ടുള്ളത്. വാസ്തവത്തിൽ ദൈവത്തേക്കാളധികം പ്രേമത്തെക്കുറിച്ച് എഴുതപ്പെട്ടിട്ടുണ്ട്. അത്രയധികം കവിതകൾ, അത്രയധികം ഗാനങ്ങൾ, കഥകൾ, നോവലുകൾ, മറ്റു സാഹിത്യസൃഷ്ടികൾ - അവയെല്ലാം പ്രേമമെന്ന പ്രതിഭാസത്തെ കുറിച്ചുള്ളവയാണ്. എന്തുകൊണ്ടാണ് മനുഷ്യരാശി ഇത്രയധികം പ്രേമത്തെക്കുറിച്ച് പറയുന്നതിൽ അടിപ്പെട്ടിരിക്കുന്നത്? ചലച്ചിത്രങ്ങൾ, ടെലിവിഷൻ, റേഡിയോ, ആനുകാലികങ്ങൾ, സാഹിത്യം - എല്ലാം പ്രേമത്തെക്കുറിച്ച് സംസാരിക്കുന്നു. ഇതുകാണുമ്പോൾ തോന്നുന്നത് മനുഷ്യൻ പ്രേമത്തിൽ അത്രയധികം തൽപ്പരനാണെന്നാണ്.

ശരിയാണ്, അവന് പ്രേമത്തിൽ താൽപ്പര്യമുണ്ട്, പക്ഷേ ഈ കാര്യങ്ങളെല്ലാം പകരങ്ങൾ മാത്രമാണ്; അവനത് അനുഭവിച്ചറിയുവാൻ കഴിഞ്ഞിട്ടില്ല. അവൻ ഒരു ചലച്ചിത്രത്തിന് പോകുന്നു, മറ്റാരെങ്കിലും പ്രേമം അഭിനയിക്കുന്നത് കാണുന്നു, പരോക്ഷമായ രീതിയിൽ ഒരു പങ്കാളിയാകുന്നു, താൻ ഒരു കാഴ്ചക്കാരൻ മാത്രമാണെന്ന് മറന്നുപോവുകയും ആ കഥയുടെ ഭാഗമായിത്തീരുകയും അതിൽ അഭിരമിക്കുകയും ചെയ്യുന്നു. അയാൾ ചില കഥാപാത്രങ്ങളുമായി താദാത്മ്യം പ്രാപിക്കുന്നു. ഒരു നോവൽ വായിക്കുമ്പോൾ അയാൾ ആ നോവലിന്റെ ഭാഗമായിത്തീരുന്നു; മനോഹരമായ ഒരു കവിത വായിച്ചുകൊണ്ട് അവൻ കരുതുന്നു, താൻ സ്വന്തം അനുഭവത്തെക്കുറിച്ച് സംസാരിക്കുകയാണെന്ന്. ഇവയെല്ലാം യഥാർത്ഥ അനുഭവത്തിന് പകരമുള്ള മോശമായ ബദലുകളാണ്.

മനുഷ്യൻ യഥാർത്ഥത്തിൽ പ്രേമത്തിലേക്ക് നീങ്ങുകയാണെങ്കിൽ ഈ അസംബന്ധങ്ങളെല്ലാം ഭൂമുഖത്തിൽ നിന്നപ്രത്യക്ഷമാകും. എപ്പോഴും ഓർത്തിരിക്കുക, വിശക്കുന്നവർ മാത്രമേ ആഹാരത്തെക്കുറിച്ച് ചിന്തിക്കാറുള്ളൂ; നഗ്നരായ ആളുകളാണ് വസ്ത്രങ്ങളെക്കുറിച്ച് ചിന്തിക്കുന്നത്; തലയ്ക്കുമീതെ മേൽക്കൂരകളില്ലാത്തവരാണ് വീടുകളെക്കുറിച്ച് ചിന്തിക്കുന്നത്, അതു സ്വഭാവികവുമാണ്. നാം നമുക്കില്ലാത്ത കാര്യങ്ങളെക്കുറിച്ചു മാത്രമാണ് ചിന്തിക്കുന്നത്. നമുക്കുള്ള കാര്യങ്ങളെക്കുറിച്ച് നാം ചിന്തിക്കാറില്ല.

ഒരു പ്രണയിതാവാകണമെങ്കിൽ തന്റേടം ആവശ്യമാണ്. കാരണം ജീവിതത്തിലെ ഏറ്റവും മഹത്തായ കാര്യങ്ങൾ അതാവശ്യപ്പെടുന്നു - അഹംബോധത്തിന്റെ സമർപ്പണം. അപ്പോൾ ദിവ്യാത്ഭുതം സംഭവിക്കാൻ തുടങ്ങുന്നു. അപ്പോൾ പ്രേമം വന്നണയുന്നു, അതു കുതിച്ചു വന്ന് നിങ്ങളിൽ നിറയുന്നു. നിങ്ങളിൽ നിന്ന് പുറത്തേക്ക് കവിഞ്ഞൊഴുകുവാൻ തുടങ്ങുന്നു. അങ്ങനെ ആത്യന്തികമായി പ്രേമം തന്നെ നിങ്ങളുടെ അസ്തിത്വാനുഭവമായിത്തീരുന്നു, നിങ്ങളുടെ സത്യാനുഭവമായിത്തീരുന്നു.

25

പ്രഭാതമനനം

പ്രതിനിമിഷം ജീവിക്കുന്ന വ്യക്തി ഒരു ലംബമായ ജീവിതമാണ് ജീവിക്കുന്നത് - അവൻ ആഴത്തിന്റെ മാനത്തിൽ വളരുന്നു. അപ്പോൾ നിങ്ങൾ എത്രകണ്ട് ആഴത്തിൽ നീങ്ങുന്നുവോ, അത്രകണ്ട് ഉയർന്നു പൊങ്ങുകയും ചെയ്യുന്നു. അതൊരു വൃക്ഷത്തെപ്പോലെയാണ്: വേരുകൾ മണ്ണിനടിയിലേക്ക് ആഴത്തിലേക്ക് പോവുകയും വൃക്ഷം ആകാശത്തിൽ ഉയരത്തിലേക്ക് നീങ്ങുകയും ചെയ്യുന്നു. വേരുകൾ എത്ര ആഴത്തിൽ എത്തുന്നുവോ, അത്ര ഉയരമുള്ളതായിരിക്കും വൃക്ഷം. അതെപ്പോഴും ആനുകാലികമായിരിക്കും. കൊച്ചുവേരുകളോടുകൂടിയ ഒരു വൃക്ഷത്തിന് ആകാശത്തിൽ ഉയർന്ന് പൊങ്ങുവാനാവില്ല - അതു മറിഞ്ഞുവീഴും. വൃക്ഷത്തിന് നക്ഷത്രങ്ങളെ സ്പർശിക്കണമെന്നുണ്ടെങ്കിൽ അതിന്റെ വേരുകൾ പാതാളം വരെ എത്തേണ്ടിവരും.

അതിനാൽ ഒരു യഥാർത്ഥമനുഷ്യൻ തന്റെ ജീവിതം ജീവിക്കുന്നത് പരമമായ ആഴങ്ങൾവരെ, തന്റെ സത്തയുടെ അടിക്കല്ലോളം എത്തുന്ന അത്രയും സമുദ്രതയിലാണ്. അയാൾ നക്ഷത്രങ്ങളെ, പരമാനന്ദത്തിന്റെ പരമോന്നതശൃംഗങ്ങളെ സ്പർശിക്കുവാൻ തുടങ്ങുന്നു.

ഇതാണ് സ്വാതന്ത്ര്യം - വർത്തിക്കുന്നതിലുള്ള സ്വാതന്ത്ര്യം, സമ്പൂർണ്ണമായും സമഗ്രമായും വർത്തിക്കുന്നതിലുള്ള സ്വാതന്ത്ര്യം.

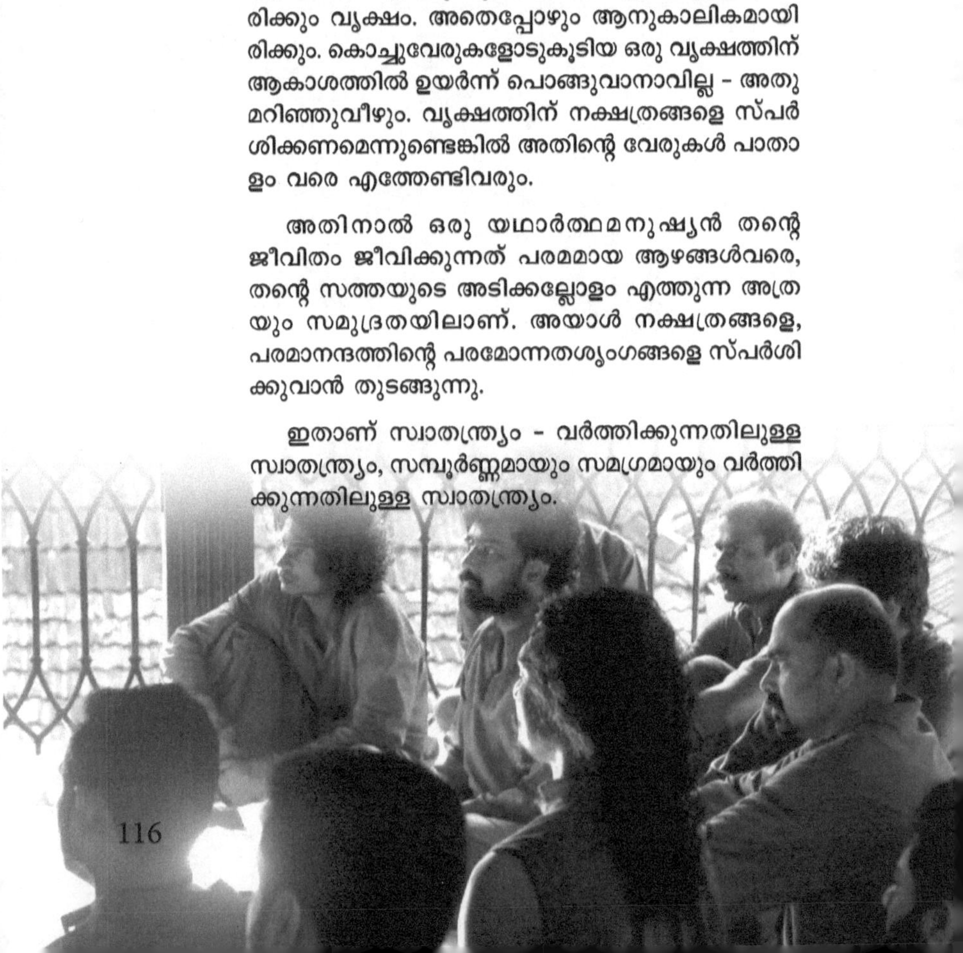

പ്രദോഷമനനം

യാത്ര ആരംഭിക്കുന്നത് പ്രേമത്തിലും, അവസാനിക്കുന്നത് പ്രകാശത്തിലും അഥവാ ബോധോദയത്തിലുമാണ്; അതിനുള്ള പാലം പ്രാർത്ഥനയാകുന്നു. അജ്ഞാനത്തിൽ നിന്ന് ജ്ഞാനത്തിലേക്കുള്ള തീർത്ഥയാത്ര മുഴുവനും പ്രാർത്ഥനയെന്ന തീർത്ഥയാത്രയല്ലാതെ മറ്റൊന്നുമല്ല. പ്രാർത്ഥന എന്നാൽ, "ഞാൻ തീരെ ചെറുതാണ്, സമ്പൂർണ്ണതയുടെ സഹായമില്ലെങ്കിൽ എന്നിലൂടെ യാതൊന്നും സാദ്ധ്യമല്ല" എന്നർത്ഥമാകുന്നു. പ്രാർത്ഥന സമ്പൂർണ്ണതയ്ക്ക് മുമ്പിലുള്ള അഹംബോധത്തിന്റെ സമർപ്പണമാകുന്നു - നിരാശയിലുള്ള സമർപ്പണമല്ല, മറിച്ച് അഗാധമായ ധാരണയിലുള്ള ഒരു സമർപ്പണം. ഒരു കൊച്ചു തിരയ്ക്കെങ്ങനെ മഹാസാഗരത്തിനെതിരെ പോകുവാൻ കഴിയും? - ആ ശ്രമം തന്നെ അർത്ഥരഹിതമാണ്. എന്നാലതാണ് മനുഷ്യരാശി മുഴുവനും ചെയ്തുകൊണ്ടിരിക്കുന്നത്. അവബോധമഹാസാഗരത്തിൽ നാമെല്ലാം കൊച്ചു തിരകൾ മാത്രമാണ്. ആ അവബോധ മഹാസാഗരത്തെ നിങ്ങൾ ദൈവമെന്നോ, സത്യമെന്നോ, ബോധോദയമെന്നോ, നിർവ്വാണമെന്നോ, താവോയെന്നോ, ധമ്മമെന്നോ എന്തുവേണമെങ്കിലും വിളിച്ചുകൊള്ളുക - അവയെല്ലാം ഒരേ കാര്യമാണർത്ഥമാക്കുന്നത്, അതായത് നാം ഒരു അനന്തസാഗരത്തിന്റെ ഭാഗമാകുന്നു. നാമെല്ലാം കൊച്ചുകൊച്ചു തിരകൾ മാത്രമാണ് - നമുക്ക് നമ്മുടേതായ ഇച്ഛകൾ വെച്ചു പുലർത്താനാവില്ല. നമുക്ക് നമ്മുടെ സ്വന്തമായ നിയോഗങ്ങൾ കൊണ്ടു നടക്കാനാവില്ല. സ്വന്തമായ ഇച്ഛ വേണമെന്നും നമ്മുടെ കാമനകളിലൂടെ വല്ലതും നേടിയെടുക്കാമെന്നുമുള്ള കാമനയാണ് ദുഃഖത്തിന്റെ മുഴുവൻ കാരണവും. പ്രാർത്ഥനയെന്നാൽ മനുഷ്യേച്ഛയുടെ നിരർത്ഥകത മനസ്സിലാക്കിക്കൊണ്ട് ഒരുവൻ

ദൈവേച്ഛയ്ക്ക് സ്വയം സമർപ്പണം ചെയ്യുന്നു എന്നർത്ഥം. അയാൾ പറയുന്നു, ''നിന്റെ ഇച്ഛ നടക്കേണമേ, നിന്റെ രാജ്യം വരേണമേ.''

അതു സാധ്യമാകണമെങ്കിൽ അസ്തിത്വത്തോട് മഹത്തായ പ്രേമമുണ്ടെങ്കിൽ മാത്രമേ സാധ്യമാകൂ. അതുകൊണ്ടാണ് ഞാൻ പറയുന്നത്, യാത്രയുടെ ആരംഭം പ്രേമത്തിലും അന്ത്യം ബോധോദയത്തിലുമാണെന്ന്. ആ യാത്രയുടെ മദ്ധ്യഭാഗത്ത് പ്രാർത്ഥന മാത്രമാണുൾക്കൊള്ളുന്നത്. അഗാധമായ ലെറ്റ്ഗോ.

26

പ്രഭാതമനനം

വളർച്ച ഒരു കുന്ന് കയറ്റത്തിന്റെ ഭാരിച്ച ജോലിയാണ്, ഇതുതന്നെയാണ് ഏറ്റവും വലിയ വെല്ലുവിളിയും, അതാണ് ആ എവറസ്റ്റ്, ഏറ്റവും ഉയരത്തിലുള്ള കയറ്റം - അപകടകരം, ദുഷ്ക്കരം. എന്നാൽ അതെത്രകണ്ട് ആപൽക്കരമാണോ അത്രയും വശ്യമാണ്, രസകരമാണ്, ഹരം പിടിപ്പിക്കുന്നതാണ്. അത് കൂടുതൽക്കൂടുതൽ അപകടകരമാകുന്തോറും അതിൽ അത്രയും കൂടുതൽ സാഹസികത അടങ്ങിയിരിക്കുന്നു.

പ്രദോഷമനനം

മോശയുടെ ദൈവം പറയുന്നു, ''ഞാൻ ഒരു അസൂയാലുവായ ദൈവമാകുന്നു, എനിക്കെതിരെ നടക്കുന്നവൻ നിത്യനരകം അനുഭവിക്കേണ്ടിവരും.'' മോശയുടെ ദൈവം തീരെ ക്ഷമാശീലമില്ലാത്ത ദൈവമാണ്. ഈ ആശയം പ്രാകൃതമാണ്, അതങ്ങനെയാകാതെ തരമില്ല. മോശ ഒരു പൂർവ്വഗാമിയായിരുന്നു, അദ്ദേഹം കേവലം മഞ്ഞുകട്ടയെ ഉരുക്കിപ്പൊട്ടിക്കുകയായിരുന്നു.

യേശു ഒരു കുതിച്ചുചാട്ടം നടത്തി. മോശക്ക് മൂവായിരം വർഷങ്ങൾക്കുശേഷം അദ്ദേഹം പറഞ്ഞു, ദൈവം പ്രേമമാകുന്നുവെന്ന്. അദ്ദേഹം ക്രൂശിക്കപ്പെടേണ്ടി വന്നു. കാരണം അദ്ദേഹം ജൂതമതത്തിനു മുഴുവനുമെതിരെ ദൈവദോഷം പറയുകയായിരുന്നു. ദൈവത്തെ പ്രേമമാക്കുക എന്നുവെച്ചാൽ ആ പഴയ ആശയം മുഴുവനും നശിക്കുക എന്നർത്ഥമായിരുന്നു; യഹൂദമതമാകെ അതിന്മേൽ പടുത്തുയർത്തപ്പെട്ടതായിരുന്നു.

ഇപ്പോൾ യേശുവിനുശേഷം രണ്ടായിരം വർഷങ്ങൾ കൂടി കടന്നുപോയിരിക്കുന്നു, ഇപ്പോൾ വീണ്ടും മനുഷ്യരാശിക്ക് ഒരു കുതിച്ചു ചാട്ടംകൂടി ആവശ്യമായിരിക്കുന്നു.

എന്റെ അനുഭവം തീർത്തും വ്യത്യസ്തമാണ്. ഞാൻ പറയുക, ദൈവം പ്രേമമാകുന്നു എന്നല്ല, പ്രേമം ദൈവമാകുന്നു എന്നാണ് - ദൈവം രണ്ടാമത്തേതാണ്, ഒന്നാമത്തേത് പ്രേമമാകുന്നു. വാസ്തവത്തിൽ, ദൈവികത പ്രേമത്തിന്റെ ഘടകങ്ങളിൽ ഒന്നുമാത്രമാണ്, സവിശേഷതകളിൽ ഒന്നുമാത്രമാണ്, നേരെമറിച്ചല്ല. ദൈവമെന്ന ആശയംപോലും നമുക്ക് ഉപേക്ഷിക്കാം. ഒന്നും നഷ്ടപ്പെടുകയില്ല. ഒരാൾ പ്രേമിക്കുന്നുണ്ടെങ്കിൽ അതുമാത്രം മതിയാ

കും, കാരണം പ്രേമം സ്വാഭാവികമായിത്തന്നെ നിങ്ങളുടെ സത്തയിലേക്ക് ദൈവികതയെന്ന ഗുണ വിശേഷം കൊണ്ടുവരുന്നു, അതീതത്തിൽ നിന്നുള്ള, ദൈവികതയിൽനിന്നുള്ള എന്തോ ചിലത്.

നമ്മൾ യേശുവിനേക്കാൾ മുന്നോട്ട് ഒരു ചുവടു കൂടിവെക്കുവാൻ കാലം അതിക്രമിച്ചിരിക്കുന്നു. രണ്ടായിരം വർഷങ്ങൾ ആവശ്യത്തിലേറെ ആയിക്കഴിഞ്ഞു! യേശുവിന് മോശക്ക് മുന്നിൽ ഒരു ചുവട്‌വെക്കുവാൻ കഴിഞ്ഞുവെങ്കിൽ, നാം യേശുവിന് മുമ്പിൽ ഒരു ചുവടുകൂടിവെക്കേണ്ടതുണ്ട്. വാസ്തവത്തിൽ ആ ചുവടുവെക്കുന്നതോടെ നാം യേശുവിനെ ആദരിക്കുകയാണ് ചെയ്യുന്നത്. കാരണം അദ്ദേഹം ചെയ്ത അതേ കാര്യം തന്നെയാണ് നമ്മളും ചെയ്യുന്നത്.

നിങ്ങളുടെ ഹൃദയത്തിനനുസൃതമായി, നിങ്ങളുടെ പ്രേമത്തിനനുസൃതമായി ജീവിക്കുക. പ്രേമമായിരിക്കട്ടെ നിങ്ങളുടെ വെളിച്ചം, അപ്പോൾ നിങ്ങൾക്കൊരിക്കലും വഴിതെറ്റുകയില്ല.

പ്രഭാതമനനം

ഭീരുക്കൾക്ക്, ദുർബലമനസ്സുകൾക്ക് മതാത്മക രാകുവാൻ സാധ്യമല്ല. അമ്പലങ്ങളും പള്ളികളും മറ്റു ദേവാലയങ്ങളുമെല്ലാം അത്തരക്കാരെക്കൊണ്ട് നിറഞ്ഞിരിക്കുകയാണ്. അവർ മതത്തെയാകെ ഭയത്താൽ മലീമസമാക്കിയിരിക്കുന്നു. ലോകത്തിലെ ഏതാണ്ടെല്ലാ ഭാഷകളിലും മതാത്മകവ്യക്തി എന്ന തിന് ഉപയോഗിക്കപ്പെടുന്ന 'ദൈവഭയമുള്ളവൻ' എന്നർത്ഥം വരുന്ന വാക്കുകളുണ്ട്.

പക്ഷേ, മതാത്മകനായ വ്യക്തി തീർത്തും ഭയര ഹിതനാണ്. അവൻ ദൈവത്തെ ഭയക്കുന്നവനല്ല, ദൈവത്തെ പ്രേമിക്കുന്നവനാണ്. അവന്റെ മതം പ്രേമത്തിൽ നിന്നുത്ഭവിക്കുന്നതാണ്, ഭയത്തിൽ നിന്നുത്ഭവിക്കുന്നതല്ല. ഭയത്തിലൂടെ നിങ്ങൾക്കെങ്ങ നെ പ്രാർത്ഥിക്കുവാനാകും? ഭയത്തിലൂടെ എങ്ങനെ പ്രേമിക്കുവാനാകും? നിങ്ങൾക്ക് ഭയത്തിലൂടെ വെറു ക്കുവാൻ കഴിയും, അല്ലാതെ....

ഭയവും അത്യാർത്തിയും ഒരുമിച്ച് പോകുന്നു, അവ ഒരേ നാണയത്തിന്റെ രണ്ട് വശങ്ങളാണ്. ഭയം നരകത്തെ സൃഷ്ടിച്ചിരിക്കുന്നു, അത്യാർത്തി സ്വർഗ ത്തെയും സൃഷ്ടിച്ചിരിക്കുന്നു. അവ ഭയത്തിന്റെയും അത്യാർത്തിയുടെയും പ്രക്ഷേപങ്ങളാണ്...

മതാത്മകനായ മനുഷ്യൻ ആഹ്ലാദവാനായി ജീവി ക്കുന്നു: ഭയപ്പെടാനായി ഒന്നുമില്ല. ആ ഭയരാഹിത്യ ത്തിൽ നിന്ന് പാറപോലെ ഉറച്ച ഒരു ആത്മശക്തി ഉയർന്നുവരുന്നു. പാറ പോലെ ഉറച്ച ആ ആത്മവീ ര്യത്തിന്മേൽ ഒരുവന് ഒരു ദൈവമന്ദിരം പടുത്തുയർ ത്തുവാൻ കഴിയും - അതുമാത്രമാണ് അതിനുള്ള സാധ്യത.

പ്രദോഷമനനം

മതം ദൈവശാസ്ത്രമല്ല (Theology), അത് പ്രേമമാകുന്നു. ദൈവശാസ്ത്രമെന്നാൽ യുക്തി മാത്രമാണ്. അതുകൊണ്ടാണ് അതിനെ തിയോ 'ളജി' എന്നുവിളിക്കുന്നത്. 'ളജി' എന്നാൽ ലോജിക്, യുക്തി. പക്ഷേ യുക്തിശാസ്ത്രത്തിന് മതവുമായി യാതൊരു ബന്ധവുമില്ല, വാസ്തവത്തിൽ അതു മതത്തിനെതിരാണ്.

യുക്തിശാസ്ത്രം അഥവാ തർക്കശാസ്ത്രം ഒരു മാനസികവ്യായാമമാണ്, തലനാരിഴ കീറിയുള്ള വാക്കുകസർത്ത്. അതിനു മനോഹരമായ വാചികസ്വത്വങ്ങൾ പടുത്തുയർത്തുവാൻ കഴിയും. എന്നാൽ അവ മണൽക്കോട്ടകൾ മാത്രമാണ്! അവകൊണ്ട് ഒരു പ്രയോജനവുമില്ല. അതു നിങ്ങളെ വെറുതെ ഇരുന്ന് സമയം പാഴാക്കാതെ വല്ലതും വ്യാപരിക്കുവാൻ സഹായിച്ചേക്കും. കടപ്പുറത്തിരുന്നുകൊണ്ട് കാറ്റു കൊള്ളുമ്പോൾ കടൽക്കരയിലെ പൂഴികൊണ്ട് കളിക്കുന്നതുപോലെ. മറ്റൊന്നും ചെയ്യാനില്ലാത്തതിനാൽ നിങ്ങളവിടെ ഇരുന്ന് മണൽക്കോട്ടകൾ നിർമ്മിക്കുന്നു. ദൈവശാസ്ത്രവും അതേ ഉദ്ദേശ്യം തന്നെയാണ് നിറവേറ്റുന്നത്. നിങ്ങൾക്കതിൽ വ്യാപരിക്കുന്നത് ആസ്വദിക്കാമെന്നല്ലാതെ അതുകൊണ്ട് യാതൊരു പ്രയോജനവുമില്ല, വെറും ബാലിശമാണത്.

ദൈവശാസ്ത്രജ്ഞർ അപക്വമതികളായ ആളുകളാണ്. യേശു ഒരു ദൈവശാസ്ത്രജ്ഞനല്ല, ബുദ്ധനും അങ്ങനെയല്ല. ഒരു യഥാർത്ഥഗുരുവും ഒരിക്കലും ദൈവശാസ്ത്രജ്ഞനായിരുന്നില്ല. പക്ഷേ അദ്ദേഹം ഒരു പ്രണയിതാവാണ്, അപാരമായി പ്രേമിക്കുന്നവൻ, ഈ അസ്തിത്വത്തെ മുഴുവനും അവൻ പ്രേമിക്കുന്നു. പ്രേമമാണ് അവന്റെ പ്രാർത്ഥന, പ്രേമമാണ് അവന്റെ ആരാധന. പ്രേമത്തിലൂടെ അസ്തിത്വ

വുമായി ആശയവിനിമയം സാധ്യമാവുകയും ചെയ്യു ന്നു, നിങ്ങൾക്ക് ഒരു സംവാദം സാധ്യമാകുന്നു. ആകെക്കൂടി വേണ്ടത് അഗാധമായ ഒരു പ്രണയബ ന്ധമാണ്. ഒരു ഭ്രാന്തമായ, ഭ്രാന്തഭ്രാന്തമായ ഒരു പ്രണയബന്ധം....

വിരസതയനുഭവപ്പെടുന്നവർ യുക്തിയുടെ ലോക ത്തിൽ ജീവിക്കുന്നവരാണ്; യുക്തി വിരസമാണ്. എന്നാൽ പ്രേമം ഒരിക്കലും വിരസമല്ല. പ്രേമം നിര ന്തരം വിസ്മയങ്ങൾ നൽകുന്നു. നിങ്ങളുടെ വിസ്മ യത്തെ അതു സജീവമായി നിലനിർത്തുന്നു. മാത്ര മല്ല പ്രേമം നിങ്ങളുടെ കവിതയെ നിലനിർത്തുന്നു; നിങ്ങളുടെ നൃത്തം, നിങ്ങളുടെ ആഘോഷം അത് പോഷിപ്പിക്കുന്നു. അതില്ലെങ്കിൽ നിങ്ങളിൽ സുന്ദര മായിട്ടുള്ളതെല്ലാം വിശന്ന് മരിക്കുന്നു. അതിനാൽ യുക്തിയെ ഒഴിവാക്കുകയും എപ്പോഴും പ്രേമത്തെ തെരഞ്ഞെടുക്കുകയും ചെയ്യുക.

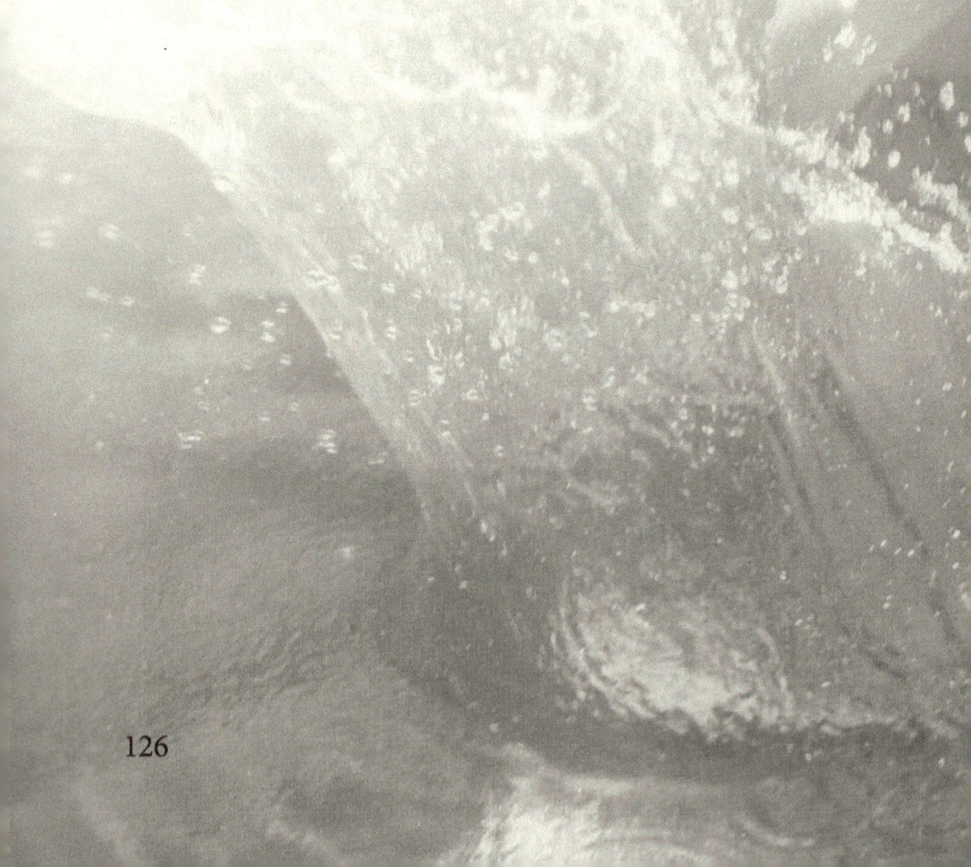

പ്രഭാതമനനം

ശാരീരിക സൗന്ദര്യത്തിനുവേണ്ടി നിങ്ങൾക്കൊരു ബ്യൂട്ടീഷനെ സമീപിക്കാം, മനസ്സിന്റെ കാര്യത്തിൽ നിങ്ങൾക്ക് സർവ്വകലാശാലകളെ സമീപിക്കാം. എന്നാൽ ആന്തരികസൗന്ദര്യത്തിനായി നിങ്ങൾക്ക് സ്വന്തം ഉള്ളിലേക്കുതന്നെ പോകേണ്ടിവരും. ബുദ്ധന്മാർക്ക് വഴി ചൂണ്ടിക്കാണിക്കുവാൻ മാത്രമേ കഴിയൂ - അവ്യക്തമായ ചില സൂചനകൾ മാത്രമേ അവർക്ക് നൽകുവാൻ കഴിയൂ. കൃത്യമായ നിർദ്ദേശങ്ങൾ നൽകുവാൻ അവർക്കാവില്ല. കാരണം ആന്തരികയാത്ര നിഗൂഢാത്മകമായ ഒരു യാത്രയാകുന്നു. ഒരു ഭൂപടവും നിർമ്മിക്കുവാനാകില്ല. കൃത്യമായ ഒരു കാര്യപരിപാടി ഉണ്ടാക്കുവാനാവില്ല. കാരണം ഓരോവ്യക്തിക്കും വ്യത്യസ്തമായ ഒരു ആന്തരികലോകത്തിലേക്കാണ് പോകേണ്ടത്. എന്തുകൊണ്ടെന്നാൽ ഓരോ വ്യക്തിക്കും തന്റേതുമാത്രമായ ഒരു ആന്തരിക ഭൂപ്രദേശമാണുള്ളത്.

നിങ്ങളെ ആന്തരികസൗന്ദര്യത്തിലേക്ക്, ആന്തരികസാക്ഷാൽക്കാരത്തിലേക്ക് നയിക്കുന്ന ഒരേയൊരു മാർഗ്ഗം ധ്യാനമാകുന്നു. എന്നാൽ ഒരിക്കലത് സാക്ഷാൽക്കരിച്ചു കഴിഞ്ഞാൽ നിങ്ങളുടെ ജീവിതമാകെ അതു വന്നുനിറയുന്നു. അപ്പോൾ നിങ്ങൾ എന്തുതൊട്ടാലും അതെല്ലാം പൊന്നാകുന്നു.

പ്രദോഷമനനം

ഞാൻ ഒരു തത്ത്വസംഹിതയും പഠിപ്പിക്കുന്നില്ല, ഞാൻ എന്റെ ആളുകളെ അകത്തും പുറത്തുമുള്ള എല്ലാ കാര്യങ്ങളെക്കുറിച്ചും കൂടുതൽ ബോധവാനാകുവാൻ സഹായിക്കുക മാത്രമാണ് ചെയ്യുന്നത്. അതിൽ എന്റെ എല്ലാ പ്രബോധനവും അടങ്ങിയിരിക്കുന്നു: ബോധവാനാവുക, അവബോധത്തോടെ വർത്തിക്കുകയും നിങ്ങളുടെ അവബോധത്തിലൂടെ ജീവിക്കുകയും ചെയ്യുക. നിങ്ങളുടെ അവബോധം സുനിശ്ചിതമായിരിക്കട്ടെ. ബാഹ്യത്തിൽ നിന്നുള്ള ഒരു അനുശീലനവും സ്വയം അടിച്ചേൽപ്പിക്കാതിരിക്കുക; അത് ഉള്ളിൽ നിന്ന് ഉറന്നു വരട്ടെ, അത് സ്വയം ഉറവയെടുക്കട്ടെ. അപ്പോൾ അതെന്നും നവവും യുവവും സജീവവുമായിരിക്കും. കൂടാതെ ജീവിതം കൂടുതൽക്കൂടുതൽ തീവ്രമായിത്തീരുകയും ചെയ്യുന്നു, വൈകാരികമായിത്തീരുന്നു. അത് ആഹ്ലാദത്താൽ, ആനന്ദത്താൽ, ആശീർവാദങ്ങളാൽ, അപാരമാംവിധം പ്രോജ്ജ്വലമായിത്തീരുകയും ചെയ്യുന്നു.

പ്രഭാതമനനം

ഒരാൾ മരിക്കുമ്പോൾ അത് വർണ്ണിക്കുവാൻ നമുക്ക് മനോഹരമായ വാക്കുകളുണ്ട്. ''അയാൾ മരിച്ചു'' എന്നല്ല നാം പറയുക. ''അദ്ദേഹം ദൈവത്തിന് പ്രിയപ്പെട്ടവനായിത്തീർന്നിരിക്കുന്നു'', ''അദ്ദേഹം മറുകരക്ക് പോയിരിക്കുന്നു'' എന്നെല്ലാം പറയും.

നമുക്ക് 'മരണം' എന്ന വാക്കിനെ ഒഴിവാക്കുവാൻ എല്ലാ ഭാഷകളിലും പദപ്രയോഗങ്ങളുണ്ട്. നാം എന്തെല്ലാം ചെയ്താലും, അതവിടെ ഉണ്ട്. അതവിടെ ഉണ്ടെന്ന് എല്ലാവർക്കും അറിയുകയും ചെയ്യാം. ഒരു കുഞ്ഞ് ജനിക്കുന്ന നിമിഷം മുതൽ മരണം അവനെ അനുഗമിക്കുന്നു. എല്ലാ ദിവസവും അതു നിങ്ങളോടൊപ്പമുണ്ട്. എല്ലാവരും അതിനെ നേരിടേണ്ടതുമുണ്ട്. അതിനെ മുഖാമുഖം കാണുകയും അതുമായി ഒരു സഹവർത്തിത്വത്തിൽ കഴിയുകയും ചെയ്യേണ്ടതുമുണ്ട്. അതിനുള്ള ഏകമാർഗ്ഗം ധ്യാനമാണ്. ധ്യാനം എന്നാൽ '' ഞാൻ ആര്? ഞാൻ ശരീരമോ മനസ്സോ, അതോ അതിനപ്പുറം വല്ലതുമോ, വ്യത്യസ്തമായ വല്ലതുമാണോ?'' എന്നതിനെക്കുറിച്ച് ബോധവാനാകലാണ്.

ജ്ഞാനമെന്നാൽ, നിങ്ങളുടെ സത്തയ്ക്കുള്ളിൽ ബോധവാനായിത്തീരൽ, നിരീക്ഷണാത്മകവും ജാഗരൂകാത്മകവും സാക്ഷീകരണാത്മകവും ആയി വർത്തിക്കൽ എന്നർത്ഥമാകുന്നു. ഇപ്പോൾ ഈ കാര്യങ്ങളെല്ലാം വളരെ ലളിതമാണ്: നിങ്ങൾ ശരീരമല്ലെന്ന് നിങ്ങൾക്ക് കാണാനാകുന്നു, കാരണം ഒരുദിനം ശരീരം ഒരു കൊച്ചു കുട്ടിയായിരുന്നു, പിന്നീട് അതൊരു യുവാവായിത്തീർന്നു, അതിനുശേഷം അത് വൃദ്ധനായിത്തീർന്നു - എന്നാൽ നിങ്ങൾ എന്നും തത്തുല്യനാണ്! ശരീരത്തിന് ഒരായിരം മാറ്റങ്ങൾ ഉണ്ടാ

യിക്കൊണ്ടിരുന്നു. എന്നാൽ നിങ്ങൾ കൃത്യമായും ഒന്നുതന്നെയാണ്, നിങ്ങൾക്ക് യാതൊന്നും സംഭവിച്ചിട്ടില്ല.

മനസ്സാകട്ടെ ശരീരത്തെക്കാളേറെ മാറ്റമുള്ളതാണ്. ഒരു നിമിഷം അവിടെ കോപമാണ്, തൊട്ടടുത്ത നിമിഷം ഒരു കോപവുമില്ല; ഒരു നിമിഷം അവിടെ സന്താപമാണ്, അടുത്തനിമിഷം അവിടെ ആനന്ദവും - അത് നിരന്തരം മാറിക്കൊണ്ടേയിരിക്കുന്നു. നിങ്ങൾ അതിന്റെയെല്ലാം സാക്ഷിയാണ്. നിരീക്ഷകന് നിരീക്ഷിതമാകുവാൻ സാധ്യമല്ല. നിങ്ങൾ വിഷയിയും ഈ കാര്യങ്ങളെല്ലാം വിഷയങ്ങളുമാകുന്നു.

ഇത് നിങ്ങളുടെ ആഴമേറിയ അനുഭവമായിത്തീരുമ്പോൾ, സാക്ഷാത്ക്കാരമായിത്തീരുമ്പോൾ മഹത്തായ ഒരു സ്വാതന്ത്ര്യം നിങ്ങളിൽ ഉയർന്നുവരുന്നു.

പ്രദോഷമനനം

ആനന്ദവാന്മാർ അനുഗ്രഹീതർ, കാരണം അവർ ഇപ്പോൾ തന്നെ ദൈവരാജ്യത്തിൽ പ്രവേശിച്ചു കഴിഞ്ഞു. ദൈവത്തിന്റെ ഹൃദയത്തിൽ പ്രവേശിച്ചതറിയാതെ തന്നെ അവർ അവിടെ പ്രവേശിച്ചു കഴിഞ്ഞു. വാസ്തവത്തിൽ ദൈവത്തെ ഒരിക്കലും നേരിട്ടു കണ്ടെത്താനാവില്ല. നിങ്ങൾക്കൊരിക്കലും ദൈവത്തെ നേരിട്ട് സമീപിക്കാനാവില്ല, അവന് ഒരു മേൽവിലാസവുമില്ല, അവന് ഒരു നാമമോ രൂപമോ ഇല്ല. നിങ്ങൾ തേടുകയും തെരയുകയും ചെയ്തു കൊണ്ടിരുന്നാൽ ഒരിക്കലും അവനെ കണ്ടെത്തുകയില്ല.

ഈ വാസ്തവം കാരണമാണ് മനുഷ്യവർഗ്ഗം പതുക്കെപ്പതുക്കെ നാസ്തികതയിലേക്ക് തിരിഞ്ഞത്, കാരണം ആളുകൾ ദൈവത്തെ അന്വേഷിച്ചുകൊണ്ട് പോയപ്പോൾ അവരവനെ കണ്ടില്ല. അവർ അന്വേഷിച്ചു, ജീവിതം പാഴാക്കി, ഒടുവിലത് അങ്ങേയറ്റം നിഷ്ഫലമായ ഒരഭ്യാസമായിരുന്നുവെന്ന് അവർ മനസ്സിലാക്കി.

എന്നാൽ അതിന്റെ മുഴുവൻ ഉത്തരവാദിത്വവും പുരോഹിതന്മാരുടെ, പോപ്പുമാരുടെ, ശങ്കരാചാര്യന്മാരുടെ, ഇമാംമാരുടെ, ആയത്തൊള്ളമാരുടെ ചുമലിലാണ് വീഴുക. മതാത്മകരെന്ന് വിളിക്കപ്പെടുന്ന ആ കൂട്ടരാണ് ആളുകളോട് ദൈവത്തെ അന്വേഷിക്കുക, തേടുക എന്ന് പറഞ്ഞുകൊണ്ടിരിക്കുന്നത് - അതവരുടെ കുത്തകകച്ചവടമാണ്! ഞാൻ പറയുന്നു, പരമാനന്ദത്തെ തേടുക. അപ്പോൾ നിങ്ങൾ ദൈവത്തെ കണ്ടെത്തും. ദൈവത്തെ തേടിയാൽ നിങ്ങൾ ദൈവത്തെ കണ്ടെത്തുകയില്ല, എന്നാൽ നിങ്ങൾ കൂടുതൽ ദുഃഖിതരായിത്തീരും. കാരണം നിങ്ങളുടെ ജീവിതം മുഴുവൻ പണയപ്പെടുത്തിയത് എന്തിനു വേണ്ടിയായിരുന്നുവോ അതു കണ്ടെത്തുവാൻ കഴി

യാതെ വരുമ്പോൾ അതു വലിയ ഇച്ഛാഭംഗമാണുണ്ടാക്കുക. ദൈവത്തെക്കുറിച്ച് എല്ലാം മറന്നുകളയുക, പരമാനന്ദം തേടുക. നിങ്ങളുടെ ദുഃഖത്തിന്റെ കാരണങ്ങൾ കണ്ടെത്തുക, ആ കാരണങ്ങളെ വർജ്ജിക്കുക; കാരണങ്ങളെ കടയിൽ നിന്ന് തന്നെ വേർപ്പെടുത്തുക. അപ്പോൾ നിങ്ങൾ അതിശയപ്പെടും, ദുഃഖത്തിന്റെ കാരണങ്ങളെല്ലാം വർജ്ജിക്കപ്പെടുന്നതോടെ നിങ്ങളിൽ പരമാനന്ദം വളരുവാൻ തുടങ്ങുന്നു. ആനന്ദപൂർണ്ണമായ നിമിഷങ്ങളിൽ നിങ്ങൾക്കുചുറ്റും ഒരു നവസാന്നിദ്ധ്യം അനുഭവവേദ്യമാകുന്നതിനെക്കുറിച്ച് അപ്പോൾ നിങ്ങൾ ബോധവാനായിത്തീരും – നിങ്ങൾ മാത്രമല്ല അസ്തിത്വമാകെത്തന്നെ. ആ സാന്നിദ്ധ്യമാണ് ദൈവം. ദൈവം ഒരു വ്യക്തിയല്ല, മറിച്ച് ഒരു സാന്നിദ്ധ്യമാണ്. ദൈവം ഒരു ദേവനല്ല, മറിച്ച് ഒരു ദൈവികതയാകുന്നു.

പ്രഭാതമനനം

നമ്മുടെ ഭയങ്ങളുടെയെല്ലാം മൂലകാരണം മരണമാണ് – മരണം നമ്മെ ചൂഴ്ന്നുനിൽക്കുകയും ചെയ്യുന്നു. ആരെങ്കിലും മരിക്കുന്നത് കാണുമ്പോൾ നിങ്ങൾ നിങ്ങളുടെ മരണത്തെ ഓർത്തുപോകുന്നു. ആർക്കുവേണ്ടിയാണ് മണി മുഴങ്ങുന്നതെന്ന് ചോദിക്കേണ്ടതില്ല – അതെപ്പോഴും നിങ്ങൾക്കുവേണ്ടിയാണ് മുഴങ്ങുന്നത്.

മരണത്തെക്കുറിച്ച് സംസാരിക്കുവാൻ ആരും ഇഷ്ടപ്പെടുന്നില്ല. അത് ഉപചാരപൂർവ്വമായി, സംസ്ക്കാരപൂർവ്വമായി കണക്കാക്കപ്പെടുന്നില്ല, കാരണം അതെല്ലാവരെയും, എപ്പോഴും അവിടെയുള്ള, ഒരു നേർത്ത ചരടിൽ തന്റെ തലയ്ക്ക് മുകളിൽ തൂങ്ങിക്കിടക്കുന്ന നഗ്നമായ ഒരു വാളിനെപ്പോലെയുള്ള തന്റെ സ്വന്തം മരണത്തെ ഓർമ്മപ്പെടുത്തുന്നു. അത് ഏതു നിമിഷവും താഴേക്കുവീഴാം, ഒരു കൊച്ചുകാറ്റ് മതി അതു നിങ്ങൾക്കുമേൽ നിപതിക്കും. എങ്ങനെ ജീവിതം ആസ്വദിക്കും? മരണം ഒരു നിഴൽപോലെ നിങ്ങളെ പിന്തുടരുമ്പോൾ നിങ്ങൾക്കെങ്ങനെ സമ്പൂർണ്ണമായി ജീവിക്കുവാനാകും? അത് നിങ്ങളുടെ സന്തോഷങ്ങളെയെല്ലാം മലീമസമാക്കുന്നു.

ധ്യാനത്തിന് മാത്രമേ നിങ്ങൾ മരണമില്ലാത്തവനാണെന്ന് നിങ്ങളെ ബോധവാനാക്കുവാൻ കഴിയൂ. വാസ്തവത്തിൽ നിങ്ങൾക്ക് മരിക്കണമെന്നുണ്ടെങ്കിൽപ്പോലും നിങ്ങൾക്കതിന് കഴിയുകയില്ല. മരിക്കുവാൻ ഒരു മാർഗ്ഗവുമില്ല. നിങ്ങൾ ഒരിക്കലും മരിച്ചിട്ടുമില്ല, ഒരിക്കലും ജനിച്ചിട്ടുമില്ല. ജനനത്തിന് മുമ്പും നിങ്ങൾ ഉണ്ടായിരുന്നു, മരണത്തിനുശേഷവും നിങ്ങൾ ഉണ്ടായിരിക്കുകയും ചെയ്യും. ജനനം ഒരു പ്രത്യേക ശരീരത്തിലേക്കുള്ള പ്രവേശനം മാത്രമാണ്, മരണം ആ നിശ്ചിത ശരീരം വിട്ടുപോകൽ മാത്രവും – എന്നാൽ നിങ്ങൾ നിത്യനാകുന്നു.

പ്രദോഷമനനം

ഒരു മനുഷ്യൻ പരമാനന്ദം കണ്ടെത്തുന്നില്ലെങ്കിൽ അവൻ പരാജിതനാണ്. അവന്റെ ജീവിതം മുഴുവനും പരാജയവും നിരാശയുമാണ്. അതവിടെ വലുതായി എഴുതിവെച്ചിരിക്കുന്നു. ആളുകളുടെ മുഖത്ത് നിങ്ങൾക്കത് കാണുവാൻ കഴിയും: അവർക്ക് പ്രായമാകുന്തോറും അവർ കൂടുതൽ സന്താപികളായിത്തീരുന്നു; പ്രായമാകുന്തോറും അവർ കൂടുതൽ ക്ഷുഭിതരുമായിത്തീരുന്നു, ജീവിതത്തോട് കോപിക്കുന്നവർ, കാരണം അതവരുടെ സ്വപ്നങ്ങളെയെല്ലാം ഛിന്നഭിന്നമാക്കിയിരിക്കുന്നു. അത് ജീവിതത്തിന്റെ കുറ്റമല്ല, അവർ തന്നെയാണ് അതിനുത്തരവാദി. അർത്ഥമില്ലാത്ത കാര്യങ്ങൾ നേടുവാനായിരുന്നു അവർ ശ്രമിച്ചു കൊണ്ടിരുന്നത്: പണം, അധികാരം, പ്രതാപം. അവ നേടുവാൻ കഴിയുന്നില്ലെങ്കിൽ നിങ്ങൾക്ക് ഇച്ഛാഭംഗമുണ്ടാകുന്നു, നേടുവാൻ കഴിഞ്ഞാലോ അത് കൂടുതൽ ഇച്ഛാഭംഗമുണ്ടാക്കുന്നു. വാസ്തവത്തിൽ നേടാതിരിക്കുന്നവനാണ് കൂടുതൽ മെച്ചമായ ഒരു സ്ഥിതിയിലുള്ളത്. കാരണം അവനിനിയും പ്രതീക്ഷിക്കുവാനുണ്ട്. എന്നെങ്കിലും ഒരിക്കൽ അവയെല്ലാം നേടാനാകും. അപ്പോൾ കാര്യങ്ങളെല്ലാം നേരെയാകും എന്ന പ്രതീക്ഷ.

നേടുന്നവനാണ് വാസ്തവത്തിൽ തികച്ചും മ്ലാനതയിലാകുന്നത്. കാരണം ഇപ്പോൾ ഒരു പ്രതീക്ഷയുമില്ല. ഈ വിഡ്ഢിത്തങ്ങൾക്കു വേണ്ടി അവനെല്ലാം പണയപ്പെടുത്തിക്കഴിഞ്ഞു; ഈ ചവറുകൂമ്പാരം നേടിയെടുക്കുന്നതിനായി അവന്റെ ജീവിതം മുഴുവനും കടന്നുകൂടിയിരിക്കുന്നു. പക്ഷേ അവനിപ്പോഴും എന്നെത്തേയുംപോലെ സഫലീകൃതനാകാതെ തന്നെയിരിക്കുന്നു.

പരമാനന്ദം ആന്തരികത്തെ സംബന്ധിക്കുന്നതാണ്, തികച്ചും വൈയക്തികം, വ്യക്തിപരം. നിങ്ങൾ

ക്കത് നിങ്ങളുടെ ഉള്ളിൽ കണ്ടെത്താം – മറ്റാരുടെയും ആവശ്യമില്ല. ഒരിക്കൽ അതു കണ്ടെത്തിക്കഴിഞ്ഞാൽ നിങ്ങൾ വിജയിയായിക്കഴിഞ്ഞു. അപ്പോൾ ജീവിതത്തിന് ഒരു ചാരുതയുണ്ട്. അപ്പോൾ നിങ്ങളുടെ സത്തയുടെ ആകാശമാകെ നക്ഷത്രങ്ങളാണ്. താൻ ജീവിച്ചത് വൃഥാവിലായില്ല എന്നറിയുമ്പോൾ, അപ്പോൾ മരണം പോലും മനോഹരമാണ്. അപ്പോൾ ഒരാൾ മരിക്കുന്നത് വിമനസ്കനായിട്ടല്ല, അയാൾ തികച്ചും ആനന്ദപൂർണ്ണനായി മരിക്കുന്നു. അപ്പോൾ മരണം കേവലം ഒരു വിശ്രമമാണ്. ഒരുവൻ പ്രഫുല്ലിതനായിരിക്കുന്നു, അവൻ തന്റെ പരിമളം പുറത്ത് വിട്ടിരിക്കുന്നു; ഇപ്പോൾ വിസ്മരിക്കുവാൻ സമയമായിരിക്കുന്നു, പൂർണ്ണതയിലേക്ക് അപ്രത്യക്ഷമാകുവാൻ സമയമായിരിക്കുന്നു. ഒരു സന്യാസി മനോഹരമായി ജീവിക്കുകയും മനോഹരമായി മരിക്കുകയും ചെയ്യുന്നു. അയാളുടെ ജീവിതം ഒരാഘോഷമാകുന്നു, മരണം ആഘോഷത്തിന്റെ ആത്യന്തികവും.

പ്രഭാതമനനം

ജീവിതത്തിലെ അതിമഹത്തായ അനുഭവമാണ് മരണത്തെ വ്യക്തമായി കാണൽ - ജാഗ്രതയോടെ, അവബോധത്തോടെ. അതേറ്റവും മഹത്തായ അനുഭവമാണ്, കാരണം അത് സംഭവിക്കുന്നതു കാണുവാൻ കഴിഞ്ഞിട്ടുള്ള ഒരുവൻ ഒരിക്കലും വീണ്ടും ശരീരത്തിൽ ഗമിക്കുന്നില്ല. അതിനുശേഷം അയാൾ അവബോധത്തിന്റെ നിത്യപ്രവാഹത്തിന്റെ, പ്രാപഞ്ചികാവബോധത്തിന്റെ ഭാഗമായിത്തീരുന്നു. പിന്നീടയാൾ ദൈവത്തിന്റെ ഭാഗമായിത്തീരുന്നു.

ഈ അനുഭവം സംഭവിക്കാത്തിടത്തോളം നിങ്ങൾക്ക് വീണ്ടും വീണ്ടും ശരീരത്തിലേക്ക് തിരിച്ചുവരേണ്ടി വരുന്നു. ശരീരം ഒരു വിദ്യാലയം പോലെയാണ്; നിങ്ങൾ തോറ്റുപോയാൽ വീണ്ടും തിരിച്ചുപോകേണ്ടിവരുന്നു. ജയിക്കുകയാണെങ്കിൽ തിരിച്ചുപോകേണ്ട ആവശ്യമുണ്ടാകുന്നില്ല.

എന്റെ നിരീക്ഷണം, ഈ അനുഭവത്തിൽ എല്ലാവർക്കും ജയിക്കുവാൻ സാധിക്കുമെന്നാണ്. എല്ലാവർക്കും അതിനുള്ള സാധ്യതാശേഷിയുണ്ട്. നമ്മൾ കേവലം അതു വാസ്തവീകരിക്കുവാൻ ശ്രമിക്കുന്നില്ല എന്നേയുള്ളൂ.

പ്രദോഷമനനം

പരമാനന്ദത്തെ സംബന്ധിച്ച് ഏറ്റവും പ്രസക്തമായ കാര്യം അത് അന്തർനിഷ്ഠമായ ഒരു വിരോധാഭാസമാണ് എന്നതത്രേ. അതിന്റെ ഈ വിരോധാഭാസകരമായ പ്രകൃതം മൂലം ഏതാണ്ട് എല്ലായ്പ്പോഴും അത് തെറ്റിദ്ധരിക്കപ്പെടുകയും ചെയ്യുന്നു. ആ വിരോധാഭാസമെന്തന്നാൽ, മനുഷ്യൻ അതിനുവേണ്ടി ഒരുപാട് ശ്രമം നടത്തേണ്ട ആവശ്യമുണ്ട്, എങ്കിലും ശ്രമം മൂലം അതു സംഭവിക്കുന്നുമില്ല; അതെപ്പോഴും സംഭവിക്കുന്നത് അസ്തിത്വത്തിന്റെ പാരിതോഷികമായിട്ടാണ്. പക്ഷേ പരിശ്രമം കൂടാതെ ആ സമ്മാനം സ്വീകരിക്കുവാൻ മനുഷ്യനൊരിക്കലും പ്രാപ്തനാകുന്നില്ല. സമ്മാനം എപ്പോഴും സുലഭ്യമാണെന്നിരിക്കിലും മനുഷ്യൻ അടഞ്ഞുതന്നെ നിലകൊള്ളുന്നു.

അതുകൊണ്ട് മാനുഷികമായ മഹാസംരംഭങ്ങൾ ഒന്നുംതന്നെ പരമാനന്ദ സാക്ഷാൽക്കാരത്തിന് യഥാർത്ഥത്തിൽ കാരണമാകുന്നില്ല, അതിന് പരമാനന്ദത്തെ സംജാതമാക്കുവാൻ സാധ്യമല്ല; അതിന് വിഘ്നങ്ങളെ നീക്കം ചെയ്യുവാൻ മാത്രമേ കഴിയൂ. അതൊരു നിഷേധാത്മകപ്രക്രിയയാണ്. അതിതുപോലെയാണ്: നിങ്ങൾ ഒരു അടഞ്ഞ മുറിയിൽ ജീവിക്കുകയാണ്, ജാലകങ്ങളും വാതിലുകളുമെല്ലാം അടഞ്ഞിരിക്കുന്നു, സൂര്യൻ ഉദിച്ചു കഴിഞ്ഞുവെങ്കിലും നിങ്ങൾ ഇരുട്ടിലാണ്. നിങ്ങളുടെ പരിശ്രമത്താൽ സൂര്യൻ ഉദിക്കുകയില്ല. നിങ്ങൾ എന്തൊക്കെ ചെയ്താലും അതിനൊന്നും സൂര്യനെ ഉദിപ്പിക്കുവാൻ സാധ്യമല്ല. പക്ഷേ നിങ്ങൾക്ക് ഒന്നുകിൽ നിങ്ങളുടെ വാതായനങ്ങൾ തുറന്നിടാം, അല്ലെങ്കിൽ അടച്ചിടാം - അത്രമാത്രം നിങ്ങളുടെ പരിശ്രമത്തെ ആശ്രയിച്ചിരിക്കുന്നു. വാതായനങ്ങൾ തുറന്നിടാൻ കഴിയുമെ

ങ്കിൽ സൂര്യൻ നിങ്ങൾക്ക് സുലഭ്യനായിത്തീരുന്നു; അല്ലാത്തപക്ഷം അത് നിങ്ങളുടെ പടിവാതിൽക്കൽ, ഒന്നു മുട്ടുക പോലും ചെയ്യാതെ, അവിടെ കാത്തു നിൽക്കുന്നു. നിങ്ങൾക്ക് കാലാകാലം ഇരുട്ടിൽ തന്നെ ജീവിക്കാം- ചെയ്യേണ്ടിയിരുന്നത് ആകെക്കൂടി നിങ്ങൾക്കും സൂര്യനും ഇടയിലുള്ള ആ പ്രതിബന്ധം നീക്കുക മാത്രമായിരുന്നു.....

ഒരൽപ്പം പരിശ്രമം ആവശ്യമുണ്ട്, ഒരൽപ്പം വിശ്വസ്തതയും ആവശ്യമാണ്: പ്രതിബന്ധങ്ങളെ നീക്കം ചെയ്യുവാനായി ഒരൽപ്പം പരിശ്രമവും, ക്ഷമാപൂർവ്വം വിശ്വസ്തതയോടെ ഒരൽപ്പം കാത്തിരിക്കലും - "ദൈവം കൃപാപരനാണ്, അതിനാൽ എന്റെ പ്രതിബന്ധങ്ങൾ നീക്കംചെയ്യുകയും ഞാൻ സന്നദ്ധനാവുകയും ചെയ്യുകയാണെങ്കിൽ അത് സംഭവിക്കുക തന്നെ ചെയ്യും, അതനിവാര്യമാണ്" എന്ന വിശ്വസ്തത.

Notes

Notes

www.ingramcontent.com/pod-product-compliance
Lightning Source LLC
LaVergne TN
LVHW090410051026
849518LV00006B/2303
* 9 7 8 9 3 5 5 1 7 4 4 3 7 *